जॅक लंडन याचा जन्म १२ जानेवारी १८७६ रोजी झाला. सामान्य माणसाला अचंबा वाटावा इतकं वैविध्यपूर्ण, संघर्षमय, रोमांचकारी, धाडसी, नाट्यपूर्ण आयुष्य जॅक लंडन जगला. त्याच्या जन्माच्या आधीपासूनच त्याच्या नाट्यमय आयुष्याची सुरुवात झाली होती. जन्मदात्या बापाने त्याची जबाबदारी नाकारल्याने तो पोटात असतानाच त्याच्या आईने निराशेने आत्महत्येचा प्रयत्न केला होता. बालपणी दारिद्र्याशी दोन हात करून आयुष्याच्या शेवटी देशात आणि परदेशात सर्वाधिक वाचला जाणारा जगप्रसिद्ध लेखक म्हणून तो ख्यातनाम झाला.

आठवीपर्यंत शिक्षण झाल्यावर शाळा सोडून त्याने कॅनिंग कंपनीत रोज १२ ते १८ तास काम केलं. त्या वेळी तो सतरा वर्षांचा होता. त्याचा आईसारखा सांभाळ केलेल्या व्हर्जिनिया प्रेन्टीस यांच्याकडून पैसे उसने घेऊन त्याने नावेची खरेदी केली आणि काही काळ कालवांची तस्करी केली. नंतर काही काळ समुद्रकिनाऱ्यावर गस्तीचं काम केलं, तागाच्या गिरणीत काम केलं, उनाड भटकेगिरी केली; नंतर काही काळ तो गुन्हेगारीविश्वातही राहिला; त्याने तुरुंगवास भोगला. मग वयाच्या २१व्या वर्षी सोनं शोधण्यासाठी त्याने अलास्कामधल्या युकॉनमध्ये भटकंती केली; वर्षभर तिथल्या कठोर वास्तवाचा अनुभव घेतला, समाजवादी चळवळींमध्ये भाग घेतला आणि नंतर पूर्ण वेळ लेखन करण्याचा निर्णय घेतला.

सतरा वर्षांत त्याने पन्नासच्या आसपास पुस्तकं, शेकडो लेख, कविता, नाटकं आणि हजारो पत्रं लिहिली; नुसत्या लेखनावर प्रचंड पैसा मिळवला आणि उधळला. 'क्लोंडाईक गोल्डरशमध्ये' त्याला आलेल्या अनुभवातून कुत्र्यांच्या जीवनावर आधारित 'व्हाईट फँग' आणि 'द कॉल ऑफ द वाईल्ड' या त्याच्या कादंबऱ्यांना जगभरात अफाट प्रसिद्धी मिळाली. जगभरातल्या अनेक भाषांमध्ये त्यांची भाषांतरं झाली.

'माणसाने नुसतं माणूस म्हणून न मिरवता माणूस म्हणून जगलं पाहिजे. अनंत काळ निद्रिस्त तारा म्हणून जगण्यापेक्षा कणनूकण झगमगून उठणारी उल्का होणं मला आवडेल. भिजेन म्हणून दचकत आणि पचनाची चिंता करत हजार वर्षं जगण्यापेक्षा एका स्वच्छंद गाण्याच्या सुरांवर माझं आयुष्य ओवाळून टाकायला मला आवडेल ...', असं जॅक लंडन म्हणत असे आणि लंडन तसाच जगला!

डायमंड वर्ल्ड क्लासिक्स

जागतिक साहित्यातील श्रेष्ठ कलाकृतींचे रसाळ अनुवाद

द काऊंट ऑफ माँटे क्रिस्टो *ॲलेक्झांडर ड्यूमा*

द कॉल ऑफ द वाइल्ड *जॅक लंडन*

सर आर्थर कॉनन डॉयल यांच्या शेरलॉक होम्स मालिकेतील पुस्तके

शेरलॉक होम्सच्या रहस्यकथा

शेरलॉक होम्सचं पुनरागमन

द हाऊंड ऑफ बास्करव्हिल

द व्हॅली ऑफ फिअर

अ स्टडी इन स्कार्लेट

अ साइन ऑफ फोर

आगामी

द थ्री मस्कटिअर्स *ॲलेक्झांडर ड्यूमा*

अप फ्रॉम स्लेव्हरी *बुकर टी. वॉशिंग्टन*

जगभरातल्या वाचकांना मंत्रमुग्ध करणारी अजरामर साहसकथा

द
कॉल ऑफ
द वाइल्ड

जॅक लंडन

अनुवाद
माधव जोशी

डायमंड पब्लिकेशन्स

द कॉल ऑफ द वाइल्ड

जॅक लंडन, अनुवाद : माधव जोशी

the Call of the Wild

Jack London, Translation : Madhav Joshi

प्रथम आवृत्ती : जानेवारी २०१६

ISBN : 978-81-8483-665-3

© डायमंड पब्लिकेशन्स

मुखपृष्ठ

शाम भालेकर

मुद्रक

Repro India Ltd, Mumbai.

अक्षरजुळणी

शब्दमाधुरी (चेतना वडके), मोबाईल : ९८९०९८४९२७

प्रकाशक

डायमंड पब्लिकेशन्स

२६४/३ शनिवार पेठ, ३०२ अनुग्रह अपार्टमेंट
ओंकारेश्वर मंदिराजवळ, पुणे–४११ ०३०
☎ ०२०–२४४५२३८७, २४४६६६४२

info@diamondbookspune.com

facebook.com/diamondbookspune

ऑनलाईन पुस्तक खरेदीसाठी भेट द्या
www.diamondbookspune.com

अनुक्रम

१) आदिमतेकडे १

२) कायदा : सोट्याचा आणि सुळ्यांचा १४

३) मातब्बर आदिम श्वापद २६

४) कमावलेलं म्होरकेपण ४४

५) खडतर वाटचाल ५६

६) प्रेमानं आणि प्रेमासाठी ७५

७) आणि त्या हाकांचा ठाव ९३

१

आदिमतेकडे

जागे होते जैसे श्वापद
गाढ हिवाळी निद्रेतून ऐशा
देऊन झटके साखळदंडा
उडू पाहती भटक्या आशा

बक वर्तमानपत्र वाचत नसे. नाहीतर येऊ घातलेल्या संकटाचा सुगावा त्याला नक्की लागला असता आणि तोही फक्त त्याच्यापुरताच नाही, तर प्युजेट साउंड ते सॅन डिएगोपर्यंतच्या किनारपट्टीवरच्या त्याच्यासारख्याच इतर प्रत्येक केसाळ आणि दणकट कुत्र्यावरच्या संकटाचा वास आला असता. त्याचं कारण म्हणजे ध्रुवीय प्रदेशातल्या अंधारात चाचपडणाऱ्या काही लोकांना एक पिवळा धातू सापडला होता. त्यामुळे मालवाहू आणि आगबोटवाल्या कंपन्यांचं नशीब फळफळलं होतं. हजारो लोकांची नॉर्थलॅन्ड म्हणजेच उत्तरेकडे जाण्यासाठी झुंबड उडाली होती. आणि त्या लोकांना अंगापिंडानं मजबूत अशी, दणकट स्नायूंची आणि गोठवणाऱ्या थंडीला तोंड द्यायला सक्षम अशा केसाळ अंगाची कुत्री हवी होती.

सूर्याची कृपा असलेल्या सॅन्टा क्लारा खोऱ्यातल्या एका भल्या मोठ्या घरामध्ये बक राहत असे. त्या जागेला 'मिलरसाहेबांची वाडी' असंच ओळखलं जाई. रस्त्याच्या पिछाडीला ती वास्तू झाडांमध्ये अर्धवट लपलेली होती. त्या घराच्या चौफेर असलेल्या प्रशस्त, थंडगार व्हरांड्याचं दर्शन झाडीमधून व्हायचं. दुतर्फा उभ्या असलेल्या प्रशस्त उंचच उंच पॉपलर वृक्षांच्या एकमेकांत गुंतलेल्या फांद्यांखालून, प्रशस्त हिरवळीतून नागमोडी धावणारा, वाळूनं आच्छादलेला रस्ता त्या वास्तूपाशी जायचा. घराच्या दर्शनी बाजूपेक्षा त्याच्या मागच्या बाजूला

अधिक प्रशस्त आणि ऐसपैस आवार होतं. डझनभर घोडे आणि त्यांची बडदास्त ठेवणाऱ्या नोकरांसाठीचे मोठे तबेले मागेच होते. तसंच द्राक्षबागांमध्ये काम करणाऱ्या मजुरांच्या घरांच्या ओळी, लांबपर्यंत गेलेल्या पडव्यांच्या शिस्तशीर रांगा, द्राक्षवेलींचे मंडप, हिरव्यागार फळबागा आणि बेरीची झुडपं असा भला मोठा पसारा होता. तसंच तिथे पाणी उपसण्यासाठी पंप होता. तिथेच एक सिमेंटचा मोठा हौदही बांधलेला होता. त्यात मिलरसाहेबांची नोकरमंडळी कधी सकाळी डुंबायची, तर कधी दुपारच्या उन्हाच्या तलखीत त्याचा गारवा अनुभवायची.

या साऱ्या साम्राज्यावर बकचा अंमल चालायचा. इथेच त्याचा जन्म झाला होता, आणि त्याच्या आयुष्यातली चार वर्षं त्यानं इथेच काढली होती. अर्थात आणखीही कुत्री तिथे होती. आता एवढा मोठा पसारा म्हटल्यावर आणखीही कुत्री तिथे असणार हे ओघानंच आलं, पण ती कुणाच्या जमेत नसायचीच, ती फक्त यायची आणि जायची. उदाहरणार्थ, मोठ्या श्वानगृहातून आणलेली, कधीकधीच नजरेला पडणारी– फायनेबाज टूट्स, नाहीतर जपानी पग्ज, किंवा मेक्सिकन जातीची बिलकूल केस नसलेली सफाचट इझाबेल, असली कधीच घराबाहेर नाक न काढणारी की दाराबाहेर पाय न टाकणारी विचित्र जमात! त्यांच्याविरुद्ध घराच्या बाहेरून त्यांच्यावर तोंडसुख घेणारे, झाडूधारी मोलकरणींचं संरक्षण लाभलेल्या त्यांना बाहेरून मोठ्यामोठ्यानं धमक्या देणारे अनेक फॉक्स टेरियर.

पण बक पाळीव किंवा श्वानगृहातला कुत्रा या दोन्हींपैकी नव्हता, कारण हे सर्व त्याचंच राज्य आहे असंच तो मानायचा. त्याला अगदी पाहिजे तेव्हा तो पोहायच्या तलावात उडी घ्यायचा; तर कधी मिलरसाहेबांच्या मुलांबरोबर शिकारीला जायचा; पहाटे किंवा तिन्हीसांजेला मिलरसाहेबांच्या मॉली आणि ॲलिस या मुली फेरफटका मारायच्या, तेव्हा त्यांना सोबत करायचा; तर कधी हिवाळ्यातल्या थंडगार रात्री वाचनकक्षातल्या शेकोटीसमोर मिलरसाहेबांच्या पायांशी पडून राहायचा; कधी साहेबांच्या नातवंडांना पाठीवरून फिरवायचा; कधी त्यांना गवतात मजेनं लोळवायचा; आणि अगदी तबेल्याजवळच्या कारंज्यापर्यंत, क्वचित त्याच्याही पुढे लांब अगदी बेरीच्या झुडपांपर्यंत चाललेल्या त्यांच्या खेळामध्ये पावलोपावली त्यांची राखण करायचा. त्या सगळ्या फॉक्स टेरियर कुत्र्यांमधून चालताना तो मोठ्या डौलानं पावलं टाकायचा आणि त्या टूट्स

किंवा इझाबेल यांच्याकडे तर ढुंकूनसुद्धा पाहायचा नाही. कारण तो इथला राजा होता. इथे जे-जे काही सरपटणारं, रांगणारं, उडणारं होतं; त्या-त्या सर्वांचा तो राजा होता.

मिलरसाहेबांची अतूट सोबत केलेला 'सेन्ट बर्नार्ड' जातीचा प्रचंड असा एल्मो हा बकचा बाप, आणि बकदेखील आपल्या बापाच्या पावलावर पाऊल टाकेलसं दिसत होतं. तो त्याच्या बापाइतका प्रचंड नव्हता, तरीही त्याच्या स्कॉच शेफर्ड जातीच्या आईसारखा म्हणजे 'शेप'सारखा १४० पौंड वजनाचा होता. त्या १४० पौंडांमध्ये, त्याच्या आचरणाची आणि त्याला मिळणाऱ्या सार्वत्रिक आदराची जोड लाभल्यानं त्याच्या सन्मानात अधिकच भर पडत असे. त्यामुळे त्याचं राजेपद त्याला निर्विवादपणानं मिरवता यायचं. अगदी पिल्लू असल्यापासून पुढची चार वर्षं त्याला एखाद्या तृप्त उच्चकुलस्थाप्रमाणे आयुष्य उपभोगायला मिळालं. त्याला त्याचा अभिमानही होता. एखाद्या गावाकडच्या माणसासारखा त्याचा अहंकार अगदी क्षुल्लक गोष्टींनी दुखावला जाई. त्यानं स्वतःला लाडोबा पाळीव कुत्रा होऊ दिलं नव्हतं. मात्र तरीही शिकारीशी आणि मोकळ्या वातावरणाशी जन्मापासून असलेल्या त्याच्या नात्यानं त्याच्या अंगावर चरबी चढली नव्हती आणि त्याचे स्नायूही चांगले टणक बनले होते. त्याचं पाण्यावरचं प्रेम आणि त्याचा पाण्यातला खेळ या गोष्टी त्याच्यासाठी एखादं शक्तिवर्धक आणि आरोग्यवर्धक औषधच होत्या.

सन १८९७ सरतासरता बकचं रूप हे असं होतं. त्या वेळेला जगभरातले लोक क्लॉन्डाइकमधल्या धुमाळीमुळे, त्या सोनेरी ओढीनं गोठलेल्या उत्तरेकडे आकर्षित होत होते. हे बकला माहिती असण्याची अर्थातच शक्यता नव्हती, कारण तो वर्तमानपत्र थोडाच वाचत असे! तसंच तिथल्या माळीबुवाच्या मदतनिसाची, 'मॅन्युएल'ची ओळख त्याला महागात पडणार आहे, हेही त्याला माहिती नव्हतं. या मॅन्युएलला एक वाईट व्यसन होतं. चिनी लॉटरी खेळणं त्याला अतिप्रिय होतं आणि या जुगारात एकच पद्धत अनुसरून खेळण्यावर त्याचा भलताच भरवसा होता. या प्रकारानं हा गडी अगदी पार कफल्लक होऊन गेला होता. आता एकाच प्रणालीला अनुसरून लॉटरी खेळायचं म्हटल्यावर सतत पैसे लागणारच, आणि माळ्याच्या मदतनिसाला पगार असा तो काय मिळणार? जो काही मिळायचा तो त्याच्या बायकामुलांनादेखील पुरायचा नाही.

ज्या रात्री मॅन्युएलनं डाव साधला, त्या रात्री मिलरसाहेब द्राक्ष बागायतदारांच्या

बैठकीमध्ये गुंतलेले होते आणि इतर नोकरचाकर मंडळी ॲथलेटिक क्लबच्या संदर्भात कसल्याशा चर्चेत गुंतलेली होती. त्यामुळे मॅन्युएल आणि त्याच्याबरोबर नुसते पाय मोकळे करायला जायचं या भावनेनं निघालेला बक, हे दोघंही पार फळबागा ओलांडून बाहेर गेलेले कुणाच्याही लक्षात आलं नाही. कॉलेज पार्क नावाच्या एका बारक्याशा रेल्वेस्थानकावरल्या एकुलत्या एक माणसाव्यतिरिक्त, या दोघांना तिथे आलेलं कुणीही पाहिलं नाही. त्या माणसाची मॅन्युएलबरोबर काही बातचीत झाली. खुळखुळणाऱ्या नाण्यांचं आदानप्रदान झालं.

''मला द्यायच्या आधी तुझा माल नीट बांध आणि मग दे.'' तो अनोळखी माणूस तुटकपणानं म्हणाला, तेव्हा मॅन्युएलनं एक लांब दणकट दोर दुहेरी केला आणि बकच्या गळपट्ट्याखालून त्याचे वळसे घातले.

''नुसता असा पीळ जरी दिलास नं, तरी गुदमरंल बघ तो!'' मॅन्युएल म्हणाला. रेकल्यासारखा हुंकार देत त्या माणसानं मॅन्युएलचं बोलणं लक्षात आल्याचं दर्शवलं.

अतिशय सभ्यतेनं आणि उदात्तपणानी बकनं त्या दोराचा स्वीकार केला. जे घडतंय ते आपल्या नेहमीच्या शिरस्त्यातलं नाही हे त्याला जाणवत होतं, पण आपल्या माहितीतल्या माणसांवर विश्वास टाकायला तो शिकला होता. आपल्या बुद्धीपेक्षा माणसाची बुद्धी वरची आहे हे त्याला ठाऊक होतं, पण जेव्हा तो दोर त्या परक्या माणसानं धरला, तेव्हा मात्र बक धमकी दिल्यासारखा गुरगुरायला लागला. त्याला केवळ त्याची नाराजी व्यक्त करायची होती. आपली नाराजी अशी व्यक्त केल्यानं आपला अधिकार सिद्ध होतो, असा त्याच्या मानी स्वभावाचा आत्तापर्यंतचा अनुभव होता.

पण जे घडलं, तो बकसाठी मोठा धक्का होता. अचानक त्याच्या गळ्याला त्या दोराचा फास बसला आणि त्याला श्वासही घेता येईना! कमालीच्या संतापानं चवताळून बक त्या माणसाकडे झेपावला. पण त्याची झेप अर्ध्यावरच असताना त्या माणसानं बकला गळ्याशी पकडून एक जोराचा हिसडा देत पाठीवर आदळलं. आणि त्यापाठोपाठ कोणतीही दयामाया न दाखवता बकच्या गळ्यातला दोर घट्ट आवळला. बक सुटण्यासाठी आकांतानं झगडायला लागला. पण त्याचं झगडणं व्यर्थ ठरलं. त्याची दमदार छाती श्वासासाठी धपापायला लागली आणि जीभ तोंडातून बाहेर लोंबकळायला लागली. एवढ्या लाजिरवाण्या आणि हिणकस तऱ्हेनं आजपर्यंत कुणी त्याला वागवलं नव्हतं आणि आजपर्यंतच्या

आयुष्यात कधीही तो रागानं असा बेभान झाला नव्हता. पण आता त्याच्या अंगात त्राण राहिलं नव्हतं, आणि त्याच्या डोळ्यांच्या पार गारगोट्या झाल्या होत्या. स्थानकावर गाडी थांबली कधी आणि आपण मालाच्या डब्यात कसे आणि कधी फेकले गेलो याचा त्याला पत्ताही लागला नाही.

तो शुद्धीवर आला, तेव्हा त्याला आपल्या ठणकणाऱ्या जिभेची जाणीव झाली. आपल्याला वाहनातून कुठेतरी नेलं जातंय, हे शरीराला बसणाऱ्या धक्क्यांनी त्याला जाणवलं. आडवा रस्ता ओलांडताना गाडीच्या इंजिनानं फुंकलेल्या शिट्ट्यांनी आपण नेमके कुठे आलो आहोत हे त्याला कळलं. मिलरसाहेबांबरोबर हा प्रवास त्यानं बऱ्याचदा केला होता. पण मालाच्या डब्यातून प्रवास करण्याचा अनुभव त्याला नव्हता. त्यानं डोळे उघडताच अपहरण झालेल्या एखाद्या सम्राटाचा विखार त्याच्या नजरेत तरळला. समोरच्या माणसानं झटकन उडी मारत बकचं नरडं धरण्याचा प्रयत्न केला, पण बकची हालचाल त्या माणसापेक्षा वेगानं झाली. पुढे आलेल्या हातामध्ये बकनं आपला जबडा कमालीच्या त्वेषानं रोवला. पुन्हा एकदा शुद्ध हरपेपर्यंत काही बकनं त्याच्या जबड्याची पकड सैल केली नाही.

"अरे, झटके येतात रे याला!" धडपडीचा आवाज ऐकून काय चाललंय ते पाहण्यासाठी आलेल्या हमालाच्या नजरेपासून आपला हात लपवत तो माणूस उद्गारला, "आमच्या सायबांचा कुत्राय. ते म्हनले याला नेऊन आन 'सॅन फ्रान्सिस्को'ला! तिकडं येड्या कुत्र्यांवर इलाज करनारा येक डागदर हाय. त्याचा गुन येतोय म्हने!"

सॅन फ्रान्सिस्कोला बंदरावरच्या एका गुत्त्याच्या पिछाडीला बसून त्या माणसानं रात्रीचा गाडीतला तो प्रसंग अगदी रंगवून-रंगवून सांगितला.

"काय राव! पन्नासनी काय होनार?" तक्रारीच्या सुरात तो गुत्तेवाल्याला म्हणाला, "हजारच्या खाली एक छदामपन कमी नाय घेनार आपन!" त्या माणसाच्या हाताला रक्ताळलेला एक रुमाल बांधलेला होता आणि त्याच्या पॅन्टच्या चिंध्या उजव्या पायाच्या गुडघ्यापासून घोट्यापर्यंत लोंबत होत्या.

"त्या दुसऱ्या मूर्खाला किती पैसे लागले?" त्याच्या बोलण्याकडे दुर्लक्ष करत गुत्तेवाल्यानं विचारणा केली.

"शंभर" तो म्हणाला, "शंभरच्या खाली उतरायला तोपन तयार न्हवता."

"म्हणजे दीडशे झाले," गुत्तेवाल्यानं गणित केलं, "तेवढे चिक्कार झाले! मूर्ख आहे का मी तुला जास्त पैसे मोजायला?"

त्या माणसानं रक्तानं माखलेला रुमाल सोडून आपल्या चिंधडलेल्या हाताकडे नजर टाकली. "आयला, यानं पिसाळलो-बिसाळलो म्हनजे फुकट लटकणार मी!"

"अरे, तुझा जन्मच मुळी लटकून मरायला झालाय!" खदाखदा हसत गुत्तेवाला म्हणाला, "जायच्या आधी जरा मदत करून जा."

गळ्यापासून जिभेपर्यंत उसळणाऱ्या वेदनांच्या लाटांनी डोकं बधिर झालेला बक अर्धमेला होऊन पडला होता. पण त्या यातनादूतांचा सामना करण्यासाठी तो त्याही अवस्थेत सरसावला. पण त्यांनी त्याला पुन्हा एकदा खाली आदळलं. त्याच्या मानेचा पितळी गळपट्टा कापून काढेपर्यंत पुन्हापुन्हा त्याचा गळा आवळला गेला. गळपट्टा निघाल्यावर त्याच्या गळ्यातला दोरही निघाला, आणि पिंजऱ्यासारख्या एका खोक्यामध्ये त्याला भिरकावण्यात आलं.

आपला संताप आणि दुखावलेला आत्मसन्मान सोसत बक त्या खोक्यामध्ये क्लांत अवस्थेत रात्रभर पडून राहिला. जे चाललं होतं त्याचा अर्थच मुळी त्याच्या लक्षात येत नव्हता. या परक्या लोकांना त्याच्याकडून नेमकं काय हवं होतं, त्याला त्या खोक्यामध्ये का कोंडून ठेवण्यात आलं होतं, या प्रश्नांची कोणतीही उत्तरं बककडे नव्हती. पण आपल्यावर काहीतरी अरिष्ट येणार असल्याच्या या जाणिवेनं त्याला दडपण आलं होतं. रात्री जेव्हा-जेव्हा शेडचं दार उघडलं गेलं, तेव्हा-तेव्हा मिलरसाहेब किंवा त्यांची गडीमाणसं दिसतील या अपेक्षेनं तो धडपडत उभा राहिला होता. पण मेणबत्तीच्या प्रकाशात त्याच्याकडेच बघणाऱ्या गुत्तेवाल्याचा सुजवट चेहरा प्रत्येक वेळेला त्याच्या नजरेला पडला होता, आणि मिलरसाहेब किंवा ओळखीची माणसं दिसतील, अशी आशा असताना त्यांच्याऐवजी याच इसमाला पाहिल्यावर बक वेदनेनं गुरगुरायला लागला.

गुत्तेवाला मात्र त्याच्यापासून लांबच राहिला. सकाळी-सकाळी झिंज्या विसकटलेली, फाटक्या कपड्यांतली चार माणसं आली आणि त्यांनी त्याला पिंजऱ्यासकट उचललं. चौघंही अगदी सैतानाचे अवतार दिसत होते. 'आता हे आलेत छळायला!' बकला वाटलं. गजाआडून त्यांच्यावर बक मोठ्या त्वेषानं भुंकायला लागला. त्याबरोबर खदाखदा हसत त्यांनी हातातल्या काठ्यांनी

गजाआडूनच बकला डिवचायला सुरुवात केली. त्या काठीतच आपले दात रुतवत बकनंही आपल्या संतापाला वाट करून दिली. पण चौघांनाही हेच पाहिजे आहे हे लक्षात आल्यावर मात्र तो त्या पिंजऱ्यात हताशपणानं पडून राहिला. त्यांनी बकला पिंजऱ्यासकट मालवाहू गाडीत टाकलं. तरी त्यानं काही प्रतिकार केला नाही. पुढे या गाडीतून त्या गाडीत; ही कचेरी ते ती कचेरी, तिथली बाबूमंडळी; तिथून इतर सामानसुमान आणि खोकी यांच्यासमवेत एका आगबोटीत; तिथून एका रेल्वेच्या वखारीत; आणि नंतर एका एक्स्प्रेस गाडीच्या डब्यात; असा इथून तिथे तो हस्तांतरित होत राहिला.

शिट्ट्या फुंकणाऱ्या त्या इंजीनवाल्या गाडीतून बकचा प्रवास सतत दोन दिवस आणि दोन रात्री चालू राहिला. ते दोनही दिवस त्यानं अन्नाचा कण तोंडात घेतला नाही की पाण्याचा थेंब! त्याला न्यायला आलेल्या हमालांना संतापानं सुळे दाखवत तो सामोरा गेला, तेव्हा त्या हमालांनीदेखील पिंजऱ्याबाहेरून त्याला डिवचत त्याचं उट्टं काढलं. त्यासरशी तो रागानं थरथरायला लागला, त्याच्या तोंडाला फेस आला, आणि त्यानं झेपावून पिंजऱ्याला धडका दिल्या, तेव्हा बाहेरचे सगळे अगदी पोट धरून हसले. बाहेरून त्यांनी नाना प्रकार केले. त्याला वेडावलं, कुत्र्यासारखं गुरगुरून दाखवलं, पिसाळल्यासारखे भुंकले, मांजराचे आवाज काढले, जोरजोरात हात हालवून आरोळ्या ठोकल्या. हा त्यांचा मूर्खपणा चाललाय, हे बकला कळत होतं; पण त्याच्या आत्मसन्मानाला तडा जात असल्यानं त्याच्याही रागाचा उद्रेक होत राहिला. त्याला भुकेचं काही वाटत नव्हतं. पण दोन दिवस न मिळालेल्या पाण्यानं त्याच्या रागाचा भडका उडालेला होता. त्यातच अतीव ताणानं हळवा झालेला असताना मिळत असलेल्या या क्षुद्र वागणुकीची आणि जोडीला वेदनेनं ठसठसणाऱ्या घशाची भर पडत होती.

त्याच्या मानेचा दोर आता निघाला होता. एवढ्या एकाच गोष्टीचं त्याला बरं वाटत होतं. त्याच्या गळ्यातला दोरही नाही म्हटलं तरी त्या लोकांची जमेची बाजू ठरत होता. आता दोर निघाला होता आणि त्याच्या गळ्यात परत दोर अडकवण्याची हिंमत कुणी करू नये, हे त्यांना दाखवून द्यायला तो सरसावला होता. त्यानं तसा निश्चयच केला होता. लागोपाठ दोन दिवस त्यानं काही खाल्लं नव्हतं की प्यायलं नव्हतं. या दोन दिवसांच्या यातनाकाळात त्याच्यात एवढा संताप दाटून आला होता की, आता जो कुणी त्याच्या वाकड्यात पहिल्यांदा

जाईल त्याची खैर नव्हती. बकच्या डोळ्यांत जणू रक्त उतरलं होतं आणि त्याचं रूप आता सैतानी दिसत होतं. आता प्रत्यक्ष मिलरसाहेब जरी आले असते, तरी त्यांनीसुद्धा बकला ओळखलं नसतं. गाडी सिएटल इथे आल्यावर बकचा पिंजरा गाडीतल्या हमालांनी उतरून दिला, तेव्हा त्यांनीही हुश्श केलं.

परत एकदा चार जणांनी बकचा पिंजरा लटपटत्या पायांनी स्थानकाच्या पाठीमागच्या बंदिस्त आवारात आणला. या आवाराभोवती उंच भिंती होत्या. ओघळत्या गळ्याचा, लाल स्वेटर घातलेला एक मजबूत इसम पुढे आला. त्यानं बकचा ताबा घेण्यासाठी बुकात सही केली. हाच आपला भावी छळवादी असावा असा अंदाज बकनं बांधला. परत एकदा त्या पिंजऱ्याच्या गजांवर त्यानं स्वतःला आदळून दिलं. तो माणूस फक्त क्रूरपणानं हसला आणि एक सोटा घेऊन पुढे झाला.

"काय बाहेर काढतोयस का काय याला तू?" एकानं बावरून विचारलं.

"तर काय!" हातातल्या कुऱ्हाडीनं पिंजऱ्याचं दार उचकत तो म्हणाला.

त्यासरशी त्याला घेऊन येणारे ताबडतोब पळाले आणि पुढे काय होतंय हे पार भिंतीच्या वर चढून तिथूनच बघू लागले.

त्या पिंजऱ्यावर जसजसे कुऱ्हाडीचे घाव बसू लागले, तसतसा पिंजऱ्याच्या आत पडणाऱ्या ढलप्यांवर बक झेपावायला लागला, त्यांच्यात दात रोवायला लागला. संतापानं बेभान झालेला बक बाहेर येण्यासाठी जितका उतावीळ झाला होता, तितक्याच शांतपणानं तो लाल स्वेटरवाला बकला बाहेर काढण्यासाठी सरसावला होता.

"लाल डोळ्यांच्या सैताना, आता बघतो तुझ्याकडे." खोक्यातून बक बाहेर पडू शकेल एवढी फट तयार झाल्यासरशी तो माणूस म्हणाला आणि त्याच वेळी हातातली कुऱ्हाड टाकून त्यानं डाव्या हातातला सोटा उजव्या हातात घेतला.

बकच्या अंगावरचे केस ताठ झाले होते. तोंडातून फेस गळत होता. लालबुंद डोळ्यांत वेडाची झाक उतरली होती. खरोखरच तो सैतानासारखा दिसत होता.

सतत दोन दिवस आणि दोन रात्री संतापानं धुमसणारा आपला १४० पौंडी देह बकनं त्या लाल स्वेटरवाल्याच्या रोखानं झोकून दिला. पण त्याच्या जबड्याची पकड त्या माणसावर पडायच्या आधीच त्याची झेप कोलमडली. हवेमध्ये

असतानाच झालेल्या घणाघाती प्रहारानं त्याचा जबडा मिटला आणि त्याची झेपही रोखली गेली. पार भेलकांडत तो जमिनीवर वेडावाकडा कोसळला. आयुष्यात आजवर त्यानं कधीही सोट्याचा फटका खाल्ला नव्हता. आपण आदळलो कसे हेच त्याला कळेना. थोडं भुंकत, पण वेदनेनं केकाटत तो त्याच्या पायांवर उभा राहिला आणि त्या माणसावर त्यानं परत झेप घेतली. पण पुन्हा एकदा झालेल्या जोरदार प्रहारानं तो परत जमिनीवर कोसळला. हे त्या सोट्यामुळेच घडतंय हे आता त्याच्या लक्षात आलं. पण कसलीही सावधानता वगैरे बाळगायच्या पलीकडे आता तो गेला. जवळजवळ बारा वेळा पुन्हापुन्हा, आक्रमणाचा असा प्रयत्न त्यानं केला. पण प्रत्येक वेळेला त्याचं आक्रमण त्या सोट्यानं तसंच मोडून काढलं आणि दर वेळेला त्याला तशीच धूळ चाखायला लावली.

एका घणाघाती फटक्यानं मात्र शेवटी त्याच्या पायातलं त्राणच सरलं आणि त्याच्या दृष्टीपुढे धुकं दाटलं. त्याच्या कानांतून, नाकातून, तोंडातून रक्त ठिबकायला लागलं. त्याचं सुंदर कातडं रक्तानं माखून गेलं. बक त्याच्या पायांवर कसाबसा उभा राहत असतानाच तो माणूस पुढे झाला आणि अचूक नेमकेपणानं त्यानं बकच्या नाकावर हातातल्या सोट्याचा आघात केला. आघात इतका क्रूर होता की, त्यामुळे वेदनेचा जो कल्लोळ उठला, त्याच्यापुढे आत्तापर्यंत सहन केलेल्या यातना काहीच नव्हत्या. अत्यंत पिसाटून सिंहासारखं डरकाळत बकनं पुन्हा स्वतःला त्या माणसाच्या रोखानं झोकून दिलं. अत्यंत शांतपणानं त्या माणसानं आपल्या उजव्या हातातला सोटा डाव्या हातात सरकावला. उजव्या हातात बकचा खालचा जबडा घट्ट पकडला. आत दाबून खाली ढकलल्यासारखा हिसडा देत त्याला भिरकावून दिलं. हवेतल्या हवेत एक पूर्ण आणि एक अर्धी गिरकी घेत छातीवर आणि डोक्यावर आदळत बक भुईसपाट झाला.

त्यानंतरही बक पुन्हा उसळला, तेव्हा मात्र त्या माणसानं आतापर्यंत खास राखून ठेवलेला हुकमी टोला ठेवून दिला. आणि बक खाली येऊन चुरमडल्यासारखा निपचित पडला.

"चांगलाच सरळ करतोय कुत्र्यांना हा बहाद्दर!" भिंतीवर घाबरून बसलेला एक 'वीर' उत्साहानं म्हणाला.

"रोजचं यक आन रयवारची दोन-दोन घोडी सरळ करतंय ते!" बग्गीवाला

बग्गीमध्ये चढून घोड्यांना चालण्याचा इशारा करताकरता म्हणाला.

बक शुद्धीवर आला, पण अजूनही त्याच्या अंगात त्राण आलं नव्हतं. आहे तिथेच पडल्यापडल्या तो त्या लाल स्वेटरवाल्याला निरखत राहिला.

"'बक' नावानं हाक मारली की ओळख देतो." धाडलेल्या खोक्यातल्या मालाबरोबर मिळालेल्या गुत्तेवाल्याच्या पत्रातली ओळ त्या लाल स्वेटरवाल्यानं स्वगत म्हणावं तशी वाचली. "तर बेटा बक," तो सौम्यपणानं पुढे म्हणाला, "आपल्यात झाली तेवढी चिडाचिडी पुष्कळ झाली. मला वाटतं आपण झालंगेलं विसरून जाऊ या. तुला तुझी जागा कळली, मला माझी. शहाण्या कुत्र्यासारखा वागलास, तर आपल्याकडून तुला कसलीच तकलीफ होणार नाही. पन वेड्यासारखं वागलास, तर परत माझ्याशीच तुझी गाठ आहे. आलं का ध्यानात?"

बकला हे सांगत असताना तो लाल स्वेटरवाला बकच्या डोक्यावर थोपटत होता. त्या हाताच्या नकोशा स्पर्शानं बकचे केस जरी ताठ होत होते; तरी आपली नाखुशी झाकत, कोणताही निषेध न नोंदवता तो स्पर्श बक नाइलाजानं सोसत राहिला. जेव्हा त्या माणसानं त्याच्यासाठी पाणी आणलं, तेव्हा बक ते पाणी असोशीनं प्यायला आणि जराशानं त्याच माणसाच्या हातून कच्च्या मांसाचं भरपेट भोजन त्यानं तुकड्यातुकड्यानं खाल्लं.

आपला पराभव झालाय, पण आपण अजूनही मोडून पडलेलो नाही हे त्याला ठाऊक होतं. हातात सोटा घेतलेल्या माणसापुढे आपली डाळ शिजणार नाही हे त्याला चांगलंच कळून चुकलं होतं. त्याचा धडा तो शिकला होता आणि हा धडा विसरणं त्याला कधी शक्यच नव्हतं. जिथे सोटा हेच अंतिम सत्य होतं, अशा जीवनात त्याचा प्रवेश झाला होता. ज्या आदिम परंपरा आणि जे कायदे त्या प्रदेशात नांदत होते, त्यांची पुसटशी चुणूक त्या सोट्याच्या रूपानं त्याला मिळाली होती. या उग्र वास्तवात न डगमगता वावरायचं असलं, तर आपल्यात सुप्तपणानं वास करणाऱ्या कपटनीतीचा अवलंब केला पाहिजे हेही त्यानं जाणलं.

जसजसे दिवस सरले, तशी तिथे अजूनही कुत्री आली. काही पिंजऱ्यातून, काही दोऱ्या बांधलेली, काही आज्ञाधारक, काही त्याच्यासारखीच चवताळलेली! त्याच्यासारखंच त्यांनाही त्या लाल स्वेटरवाल्यानं वठणीवर आणलं. त्याच पाशवी नाटकाची उजळणी बकच्या डोळ्यांदेखत पुन्हापुन्हा झाली. त्यामुळे 'ज्याच्या हातात सोटा त्याचाच हुकूम चालणार! जरी त्याचं मन राखणं जमलं

नाही, तरी त्याचा हुकूम मात्र पाळायचा.' ही शिकवण बकच्या मनात पक्की झाली. लाल स्वेटरवाल्याचे फटके खाऊन परत त्याच्याच पुढेपुढे करत शेपूट हालवणारी, त्याचे हात चाटणारीही काही कुत्री बकनं पाहिली. आपण असा लाळघोटेपणा करत नसल्याबद्दल त्याला मात्र कधीही वैषम्य वाटलं नाही.

त्या लाल स्वेटरवाल्याच्या न पुढेपुढे केलं, न त्याचा हुकूम मानला, असाही एक कुत्रा त्यानं पाहिला. प्रभुत्वाच्या त्या संघर्षात त्या कुत्र्याला पुढे ठार मारण्यात आलं.

अधूनमधून काही अनोळखी परकी माणसंही यायची. त्या लाल स्वेटरवाल्याशी खुशामत केल्यासारखी बोलायची. अशा वेळी ते अनोळखी परके लोक त्या लाल स्वेटरवाल्याला पैसे द्यायचे आणि जाताना एखाददुसरा कुत्रा स्वतःबरोबर घेऊन जायचे. परत काही ती मंडळी दृष्टीला पडत नसत. 'जातात तरी कुठे हे लोक?' बकला अचंबा वाटायचा. कधी आपल्या भविष्याबद्दल काळजी वाटून भीतीही वाटायची आणि आपल्याला कुणी निवडलं नाही, याचा आनंदच त्याला प्रत्येक वेळी व्हायचा.

पण अखेर त्याचीही वेळ आली ती एका लहानखुऱ्या माणसाच्या रूपानं! आलेला माणूस बकला अजिबात न कळणारे हेंगाडे उद्‌गार काढत मोडकंतोडकं इंग्रजी बोलत होता.

''आयच्यान!'' बकवर नजर पडताच तो ओरडलाच, ''कसला फाडू कुत्रा आहे रे! बोल केवढ्याला?''

''तीनशेऽऽऽ एकदम भाऽरी चीज आहे.'' त्या लाल स्वेटरवाल्यानं लागलीच सांगितलं, ''आणि तू कशाला फिकीर करतो पेरॉल्ट? सरकारचाच पैसा आहे.''

पेरॉल्टही हसला. कुत्र्यांची मागणी वाढल्यानं त्यांचे भाव आकाशाला भिडले होते आणि असल्या फक्कड कुत्र्यासाठी एवढी रक्कम काही जास्त नव्हती आणि त्यात कॅनडा सरकारचंपण काही नुकसान नव्हतं. उलट मालाची वाहतूक वेगानंच होणार होती. पेरॉल्टला कुत्र्यांची चांगली पारख होती. हे कुत्रं हजारात नाही, तर दहा हजारांत एक असल्याचं त्यानं अचूकपणानं ओळखलं होतं.

एकानं दुसऱ्याला पैसे दिल्याचं बकनं पाहिलं. जेव्हा त्याला आणि एका न्यूफाउंडलंड जातीच्या कर्ली नावाच्या मवाळ कुत्रीला घेऊन तो लहानखुरा माणूस निघाला, तेव्हा बकला अजिबात आश्चर्य वाटलं नाही. नार्व्हल नावाच्या जहाजाच्या

डेकवरून दूर जाणारा सिएटलचा किनारा बघत असताना त्यानं आणि कर्लीनं त्या लाल स्वेटरवाल्यावर आणि उबदार दक्षिण भूभागावर नजर टाकली ती शेवटचीच. पेरॉल्टनं त्याला आणि कर्लीला जहाजाच्या आतल्या भागात नेलं आणि फ्रान्सिस नावाच्या एका कृष्णवर्णीय धिप्पाड माणसाकडे सुपुर्द केलं. पेरॉल्टही कृष्णवर्णीय फ्रेंच कॅनेडिअन होता, पण हा फ्रान्सिस मिश्रवंशी फ्रेंच कॅनेडिअन होता आणि पेरॉल्टच्या दुपटीनं काळा होता. अशी माणसं बकच्या कधीच बघण्यात नव्हती (पण नंतर मात्र असली खूप माणसं बघण्याचं त्याच्या नशिबात होतं). पण हे दोघंही भले आहेत, न्यायनिवाडा करण्यात निःपक्षपाती आहेत, कुत्र्यांची आणि त्यांच्या लबाड्यांची चांगली पारख असणारे आहेत- हे बकला लवकर ध्यानात आलं. तरीसुद्धा त्यांचा लळा लावून घ्यावा, त्यांच्याशी प्रामाणिक राहावं, त्यांना आपली निष्ठा अर्पण करावी असं काही बकला कधी वाटलं नाही.

नार्व्हलच्या दोन डेकच्या मधल्या भागात कर्लीला आणि बकला अजून दोन कुत्री भेटली. त्यातला स्पिट्झ नावाचा, पांढऱ्याशुभ्र रंगाचा, एक भला दांडगा कुत्रा होता. देवमाशाची शिकार करणाऱ्या एका कप्तानानं त्याला आणलं होतं. ओसाड भूभागाची पाहणी करणाऱ्या लोकांबरोबर प्रवास केलेला हा स्पिट्झबर्गन इथून आला होता. या कुत्र्याचं वागणं वरवर जरी मित्रत्वाचं वाटलं, तरी त्याच्यावर विश्वास ठेवण्याच्या लायकीचा तो नव्हता. त्याचा चेहेरा मात्र कायम हसरा दिसत असे. पण त्याच्या मनात मात्र सतत कटकारस्थान चाललेलं असायचं. उदाहरणार्थ, पहिल्याच जेवणाला त्यानं थेट बकच्याच थाळीवर डल्ला मारला. त्याला धडा शिकवण्यासाठी बक चालून जायच्या आधीच फ्रान्सिसच्या हातातला चाबूक त्या चोरट्याच्या अंगावर वाजला. पण सरतेशेवटी बकच्या तोंडी हाडंच तेवढी पडली. पण झाल्या प्रसंगानं नाही म्हटलं तरी फ्रान्सिसचा चांगुलपणा बकनं मान्य केला आणि त्याच्या मनातलं फ्रान्सिसचं स्थानही उंचावलं.

दुसरा कुत्रा मात्र कुणाशीही दोस्ती वगैरे करायच्या भानगडीतच पडत नसे आणि इतरांकडूनही तशी अपेक्षा करत नसे. अर्थात नवागताच्या खाण्यावर डल्ला मारणं, असल्या गोष्टीही तो करत नसे. त्याला एकटंच राहायचं आहे याची जाणीव कर्लीला त्यानं स्पष्टपणानं करून दिली. आणि तसं नाही झालं, तर काही बरं व्हायचं नाही हेही तिच्यापर्यंत पोचवलं. त्या कुत्र्याचं नाव डेव्ह. तो खायचा आणि झोपायचा, आणि मधल्या काळात कशातही रस न घेता फक्त

जांभया देत बसायचा. 'क्वीन शार्लोट' सामुद्रधुनी पार करताना नार्व्हेल एवढी डुलत, डचमळत होती; आणि शेवटी तर एवढी झपाटल्यागत उधळली की, भीतीनं भांबावून बक आणि कर्ली अगदी पिसाटल्यासारखे वागायला लागले. त्या वेळीसुद्धा या महाशयांनी मान वर करत 'काय हा गोंधळ लावलाय?' या अर्थी एक वैतागलेली त्रयस्थ नजर त्या दोघांवर टाकली, एकदा जांभई दिली आणि परत ताणून दिली.

रात्रंदिवस नाडीचे ठोके पडल्यासारखा जहाजाचा प्रॉपेलर थडथडत राहिला. येणारा प्रत्येक दिवस अगदी आधीच्या दिवसासारखाच उजाडत आणि मावळत राहिला. दिवसागणिक हवेमध्ये गारवा वाढत चाललाय हे मात्र बकच्या ध्यानात आल्यावाचून राहिलं नाही. अविश्रांतपणानं थडथडणारं प्रॉपेलर सरतेशेवटी एका सकाळी शांत झालं आणि नार्व्हेलवर उत्साह पसरला. झालेला बदल बकसकट सर्व कुत्र्यांनाही जाणवला. फ्रान्सिसनं सर्वांना वादीनं बांधून डेकवर आणलं. तिथून खाली थंड पृष्ठभागावर उतरताना बकचे पाय चिखलात रुतल्यासारखे त्या पांढऱ्या भुसभुशीत कशाततरी बुडाले. फुत्कारत त्यानं मागे उडीच मारली. तसलाच पांढरा भुसभुशीत पदार्थ हवेतून तरंगत अविरतपणानं खाली पडत होता. आपलं अंग झटकून अंगावर पडलेला तो पदार्थ बकनं काढून टाकला, तरी तो त्याच्या अंगावर पुन्हापुन्हा पडतच राहिला. कुतूहलानं त्यानं त्या पदार्थाला एकदा हुंगून पाहिलं, आणि मग हळूच जीभही लावली!

जिभेला आगीचा चटका बसल्यासारखं वाटलं. मग मात्र ते चरकणं दूर झालं. हे काय कोडं आहे ते त्याला कळेना. त्यानं पुन्हा प्रयत्न केला, पण परत तेच घडलं. त्याच्याकडे बघणाऱ्यांच्या हसण्यानं त्याला लाजल्यासारखं झालं. त्यात त्याचा तरी काय दोष?

आयुष्यात पहिल्यांदाच तो बर्फ आणि हिमवृष्टी बघत होता.

२

कायदा : सोट्याचा आणि सुळ्यांचा

'डायी' बीचवरचा पहिलाच दिवस बकला एखाद्या भयानक स्वप्नासारखा वाटला. त्याला अवाक करणारं, धक्का देणारं, काहीनाकाही दर तासाला घडतच राहिलं. सुधारलेल्या सुसंस्कृत जगातून तो अचानक या आदिम काळातल्या विश्वात येऊन आदळला होता. उबदार वातावरणात मजेत आळसानं लोळत, निवांत खातपीत कंटाळून जगणाऱ्यांचं हे जग नव्हतं. इथे ना शांती होती, ना आराम होता, ना क्षणभराची सुरक्षा होती. इथलं आयुष्य होतं गडबडीचं, गोंधळाचं, आणि प्रत्येक क्षणाला शरीराला आणि जिवाला आव्हान देणाऱ्या धोक्यांचं आणि जोखमांचं! इथे वावरायचं म्हणजे तुम्हांला कायम सजग आणि सतर्कच राहणं आवश्यक होतं, कारण इथली माणसं आणि कुत्री, दोन्हीही काही सुधारलेल्या गावाशहरांतून आलेली नव्हती. सारेच्या सारे कसे एकजात कसलाही कायदा न मानणारे आणि हिंस्र होते. त्यांना एकच कायदा कळायचा, तो म्हणजे सोट्याचा आणि सुळ्यांचा!

इथली कुत्री ज्या लांडगी निष्ठुरतेनी झुंजायची, तसलं झुंजणं बकनं कधीही पाहिलं नव्हतं. त्याला आलेल्या पहिल्याच अनुभवानं त्याला एक अविस्मरणीय धडा शिकवला. आलेला अनुभव अर्थातच प्रातिनिधिक होता. जर खुद्द बकलाच हा अनुभव आला असता, तर त्या अनुभवातून बोध घ्यायला तो जिवंतच राहिला नसता. जे घडलं ते कर्लीच्या बाबतीत होतं.

त्यांचा पडाव एका मोठ्या लाकडाच्या वखारीपाशी पडला होता. तिथे कर्लीच्या स्नेहल स्वभावानुसार कर्ली, पूर्ण वाढलेल्या लांडग्याच्या आकाराच्या एका हस्की कुत्र्याशी जवळीक साधायला नेहमीप्रमाणे गेली. बघायला जाता तो

कुत्रा आकाराला कर्लीच्या अर्ध्यानंही नव्हता. पण विजेच्या लोळासारखं झेपावत त्यानं त्याचा जबडा खाडकन मिटला आणि जसा आला तसा तो दूरही झाला. कर्लीचा चेहेरा मात्र पार जबड्यापासून डोळ्यांपर्यंत टरकावला गेला.

ही खास लांडगी पद्धत! अनपेक्षितपणानं घाव घालणं आणि झटक्यात दूर होणं! पण हे प्रकरण इथेच संपलं नाही. तसल्याच तीस ते चाळीस कुत्र्यांनी तिथे धाव घेऊन त्या दोघांभोवती कडं केलं. सारेच्या सारे उत्सुकतेनं, शांतपणानं उभे होते. त्या साऱ्यांमधली गंभीर उत्सुकता बकच्या आकलनापलीकडची होती. तसंच ज्या अधीरतेनं साऱ्यांच्या लसलसणाऱ्या जिभा त्यांच्या जबड्यांवरून फिरत होत्या, त्या अधीरतेचंही बकला कोडंच पडलं होतं.

कर्लीनं मोठ्या त्वेषानं आपल्या प्रतिस्पर्ध्यावर चाल केली, पण अतिशय चपळाईनं कर्लीवर आघात करून तिचा प्रतिस्पर्धी उडी घेत बाजूला सरला. कर्लीची पुढची धडक त्या कुत्र्यानं चमत्कारिकपणानं आपल्या छातीवर घेतली. त्यासरशी कर्ली कोलमडून पडली आणि परत काही ती तिच्या पायांवर उभी राहू शकली नाही. कारण याच क्षणाची वाट पाहत, कडं करून उभी राहिलेली सारीच्या सारी कुत्री गुरगुरत, किंचाळत कर्लीवर तुटून पडली. असह्य वेदनांनी आक्रंदणारी कर्ली त्या केसाळ पशूंच्या गर्दीमध्ये अक्षरशः झाकली गेली.

झालं ते इतक्या आकस्मिक आणि झटपट झालं, की बक दिङ्मूढ झाला. त्यानं पाहिलं तर तो स्पिट्झ आपली शेंदरी जीभ बाहेर काढून हसत असल्यासारखा उभाच होता. हातातली कुऱ्हाड पेलत त्या झुंडीवर वेगानं धावून गेलेला फ्रान्सिसही त्याला त्याच वेळी दिसला. त्याच्या मदतीला अजून तिघं जण हातात सोटे घेऊन धावून गेले. वास्तविक कर्ली खाली पडल्यापासून फार वेळ झाला नव्हता. त्या हल्लेखोरांना दूर करेपर्यंत फार तर दोन मिनिटं गेली असतील, पण तरीही अखेर दिसला तो त्या अनेक पंजांखाली तुडवलेल्या बर्फावर रक्तानं माखलेला, चिंधड्या झालेला कर्लीचा निष्प्राण देह! आणि त्या कलेवरापाशी उभं राहून भयानक शिव्यांची लाखोली वाहणारा फ्रान्सिस. नंतरही बऱ्याच वेळा झोपेतसुद्धा बकला हा प्रसंग दिसायचा आणि तो दचकून जागा व्हायचा. तर, ही असली तऱ्हा होती इथे. एकदा का तुम्ही जमिनीला पाठ लावली की तुम्ही संपलात म्हणून समजा! हाच इथल्या खेळाचा न्याय होता. त्याच क्षणाला त्यानं ठरवलं, जमिनीला पाठ कधी म्हणून लावायची नाही. त्यानं परत पाहिलं, तर तो स्पिट्झ खुशाल आपली जीभ काढून अजूनही वाकुल्या

दाखवल्यासारखा हसत होता. त्याच क्षणाला त्याच्या मनात त्या स्पिट्झविषयी कमालीचा तिरस्कार निर्माण झाला. तो त्याचा कट्टर वैरी झाला.

कर्लीच्या दुर्दैवी मृत्यूच्या धक्क्यातून तो सावरतोय-न-सावरतोय, तोच त्याला दुसरा धक्का बसला. बक्कलपट्ट्यांनी जखडून फ्रान्सिसनं त्याला जुंपण्याची तयारी चालू केली. असला सरंजाम चढवून घोड्यांना जुंपलेलं त्यानं भूतकाळात त्याच्या घराकडे पाहिलं होतं आणि त्यांचं कामही पाहिलं होतं. आता तसल्याच कामासाठी त्याला तयार केलं जात होतं. घसरगाडीत बसलेल्या फ्रान्सिसला ओढत खोऱ्याच्या कडेला असलेल्या जंगलात घेऊन जाणं आणि तिथून सरपणाच्या भाऱ्यांनी लादलेली घसरगाडी परत ओढत आणणं, हे ते काम. स्वतःचं मालवाहू जनावर झाल्यानं त्याचा आत्मसन्मान जरी दुखावला गेला, तरी बंड वगैरे न करण्याचा शहाणपणा त्याच्यात होताच! निग्रहानं त्यानं स्वतःला जखडून घेतलं आणि जराही परिचित नसलेलं ते अनोखं काम जमेल तेवढ्या उत्तमपणानं केलं. कुत्र्यानं आपली आज्ञा ताबडतोब पाळली पाहिजे असं फ्रान्सिसला वाटे. त्यासाठी प्रसंगी तो चाबकाचाही वापर करून, स्वतःचं काम साध्य करून घेई. एकूण काय, तर तो कट्टर शिस्तीचा गडी होता. त्याचबरोबर बकच्या मागून चालणारा डेव्ह या कामात सराईत होता. वेळप्रसंगी बकच्या बुडाला दातानं चिमटा काढून तो बकच्या चुका सुधारायचा. दातकाढ्या स्पिट्झ बकच्या पुढून चालायचा. तोही तसाच अनुभवी होता. पण बक त्याच्या कचाट्यात न सापडल्यानं मोठमोठ्यानं गुरगुरून तो बकला उगाचच तंबी द्यायचा किंवा कावेबाजपणानं आपलाही भार त्याच्या पट्ट्यांवर टाकून पाठीमागून चालणारा बक वाटेत धडपडेल असं बघायचा.

पण बक लवकर शिकला. त्याच्या या दोन जोडीदारांच्या आणि फ्रान्सिसच्या एकत्रित शिकवणीमुळे त्यानं कामात चांगली प्रगती केली. जेव्हा ते कॅम्पवर परत आले, तेव्हा त्याला 'हो' म्हटल्यावर कसं थांबायचं; 'मूश' म्हटल्यावर कसं चालायला लागायचं; वळणावर अंग कसं झुकवायचं; आणि उतारावर पाठीमागून वेगानं येणाऱ्या, भरलेल्या घसरगाडीपासून अंतर ठेवून कसं राहायचं; अशा सगळ्या गोष्टी चांगल्याच उमजल्या होत्या.

"तिन्ही कुत्री झकास आहेत!" फ्रान्सिसनं पेरॉल्टला सांगितलं, "आणि तो बक तर कमाल आहे! काय खेचतो ताकदीनं! त्याला तयार करायला बिलकूल वेळ नाय लागणार."

नवा माल आल्याच्या खबरीवरून घाईघाईनं रवाना झालेला पेरॉल्ट दुपारला अजून दोन कुत्री घेऊन आला. अस्सल हस्की जातीची दोन्ही कुत्री सख्खे भाऊ होती. बिली आणि ज्यो अशी त्यांची नावं! वास्तविक एकाच आईच्या पोटी त्यांनी जन्म घेतला होता, तरी दोघांमध्ये दिवस आणि रात्र इतका फरक होता. बिलीचा एक अवगुण म्हणजे तो अतिशय सद्गुणी होता, आणि ज्यो त्याच्या अगदी विरुद्ध. ज्यो कायम स्वतःतच मग्न राहणारा होता. इतरांशी तो अतिशय तुसडेपणानं वागायचा. सदैव गुरगुरणाऱ्या या कुत्र्याचे डोळे द्वेषानं धुमसतायत असं कायम वाटायचं. आपले साथीदार म्हणून बकनं त्या दोघांनाही स्वीकारलं. डेव्हनं नेहमीप्रमाणे दुर्लक्ष केलं आणि स्पिट्झनं त्यांना एकेकटं गाठून आपला इंगा दाखवता येईल का ते बघितलं. बिचाऱ्या बिलीनं आपलं शेपूट हालवत सलोखा राखायचा आणि बकला शांतीचं महत्त्व पटवून द्यायचा प्रयत्न केला. त्याचा काही उपयोग होत नाही हे पाहून शेवटी तिथून पळून जायचा प्रयत्न केला; आणि तरीही जेव्हा त्याच्या बगलेमध्ये त्या स्पिट्झनं त्याचे दात उमटवलेच, तेव्हा बिचारा फक्त केकाटला, तोही शांतीचाच उपदेश करत!

पण ज्योच्या बाबतीत मात्र स्पिट्झला वेगळा अनुभव आला. ज्योवर पाठीमागून हल्ला करण्यासाठी स्पिट्झनं जसजसे त्याला वळसे घातले; तसतसा त्याला कायम आपल्या समोरच ठेवत, मानेवरचे केस ताठ करत, कान मागे पाडत, सुळ्यांवरून ओठ ताणत, गुरकावत, जबडा वाजवत, डोळ्यांत पाशवी चमक घेऊन ज्योही त्याच्याशी लढायला सरसावला. त्याचा हा असला अवतार पाहिल्यावर मात्र स्पिट्झनं त्याचा नाद चक्क सोडून दिला. मात्र आपली निराशा झाकायला त्यानं परत एकदा आपला मोहरा बिलीकडे वळवला आणि त्याला कोकलायला लावून पार कॅम्पच्या सीमेपर्यंत पिटाळून लावलं.

त्या संध्याकाळी पेरॉल्ट अजून एका कुत्र्याला घेऊन आला. अंगावर अजिबात चरबी नसलेल्या त्या सडसडीत हस्की कुत्र्याचा फक्त एक डोळा शाबूत होता आणि त्याच्या चेहेऱ्यावर मारामारीच्या अनेक खुणा कायमच्या उमटल्या होत्या. मात्र त्याच्या त्या एकाच शाबूत डोळ्यामधली चमकच त्याच्या लढवय्येपणाची साक्ष देत इतरांना त्याच्यापासून चार हात लांब राहण्याची समज द्यायची. त्याचं नाव होतं 'सोलेक' म्हणजेच रागीट. डेव्हसारखा तोही कुणाशी सलगी करण्याचा प्रयत्न करत नव्हता, ना त्याची कुणाकडून कसली अपेक्षा होती. मात्र जेव्हा कधी सर्व कुत्र्यांमधून धिमी पावलं टाकत तो चालायचा, तेव्हा

स्पिट्झसुद्धा त्याचा नाद करायचा नाही. त्याची एक खासियत होती. या सोलेकला त्याच्या आंधळ्या बाजूनं त्याच्याकडे कुणी आलेलं आवडत नसे. दुर्दैवानं बकलाच त्याचा पहिल्यांदा प्रसाद मिळाला. खरं तर अजाणतेपणानंच बककडून हा अविवेक घडला, आणि वेगानं गर्रकन वळून सोलेकनं हाणलेल्या फटक्यानं बकचा खांदा तीन इंच लांब आणि हाडापर्यंत खोल फाटला. या प्रसंगानंतर मात्र सोलेकच्या आंधळ्या बाजूनं त्याच्या जवळ न जाण्याची काळजी बकनं नेहमीच घेतली आणि 'भाईचारा' राखला. कुणी आपल्या नादाला लागू नये, आपल्याला निःसंग राहू द्यावं एवढीच त्या सोलेकची उत्कट इच्छा होती... अगदी डेव्हसारखीच! तीच त्याची जणू महत्त्वाकांक्षा होती. त्यांच्यातला प्रत्येक जण ज्याच्यात्याच्या परीनं एक तरी महत्त्वाकांक्षा बाळगून होता. या सत्याचा साक्षात्कार बकला कालांतरानं होणार होताच.

त्या रात्री बकपुढे एक मोठी समस्या उभी राहिली, ती म्हणजे झोपण्याची! त्या पांढऱ्याशुभ्र हिमावर उभारलेल्या आणि मेणबत्तीच्या प्रकाशानं उजळलेल्या उबदार तंबूत त्यानं रात्रीच्या वेळी नेहमीप्रमाणे प्रवेश केला. त्याबरोबर शिव्यांचा आणि भांड्यांचा भडिमार करून पेरॉल्टनं आणि फ्रान्सिसनं त्याला तिथून हुसकून लावलं. अपमान सोसत, कावराबावरा होत तो बाहेरच्या गारठ्यात आला. वाहणारं थंडगार वारं अंगाला अक्षरशः डसत होतं आणि त्याच्या दुखऱ्या खांद्याला तर तो डंख भलताच टोचत होता. त्या हिमावरच आपलं अंग टाकून देत त्यानं झोपण्याचा प्रयत्न करून बघितला, पण पार पायांपर्यंत अंग थरथरून टाकणाऱ्या थंडीनं त्याचं झोपणं मुश्कील करून टाकलं. विषण्ण आणि हवालदिल होऊन त्यानं इतर तंबूंलगत निवारा मिळतोय का ते पाहिलं. पण प्रत्येक ठिकाणी तसाच गारठा होता. ठिकठिकाणची तिथली कुत्रीसुद्धा त्याच्यावर चाल करून आली. त्या वेळी त्यानंही आपल्या मानेवरचे केस ताठ करून गुरगुरत त्यांना गप्प केलं (सारं काही फार लवकर शिकत होता तो).

शेवटी त्याच्या डोक्यात एक कल्पना आली. त्यानं विचार केला की, आपल्या जोडीदारांनी त्यांची काय व्यवस्था केलीय ते जाऊन बघावं तरी! त्यानं येऊन पाहिलं, तर त्याला धक्काच बसला. कारण तिथे कुणाचाच पत्ता नव्हता. सहकाऱ्यांना शोधण्यासाठी तो परत एकदा तळावर चक्कर मारून आला. मंडळी तंबूत तर नाहीत ना घुसली? नसावी बहुतेक. नाहीतर त्याला तरी कशाला हाकललं असतं?

कमालीचा उदास होत, मलूलपणानं शेपटी टाकत आणि थंडीनं थरथरत निरुद्देशपणानं तो तंबूच्या आवतीभोवती फिरायला लागला. फिरताना एका ठिकाणी अचानक त्याच्या पावलाखालचा बर्फ ढासळून त्याचे पाय खड्ड्यामध्ये गेले. खड्ड्यामध्ये गेलेल्या पावलांखाली काहीतरी वळवळल्यासारखं जाणवलं आणि अदृश्य अज्ञाताच्या भीतीनं केस ताठ करून फिस्कारत त्यानं मागे उडी घेतली. पण त्याच वेळी त्या खड्ड्यातून कुणीतरी स्नेहार्द्रपणे हलकेच भुंकत त्याला दिलासा दिला. कुतूहलानं त्यानं बघितलं, तेव्हा त्याच्या नाकपुड्यांना प्रथम जाणवली ती त्या खड्ड्यातली ऊब आणि नंतर दिसला तो आपल्या अंगाचं मुटकुळं करून त्या हिमाच्या आत उबदारपणे आरामात पहुडलेला बिल! जागीच चुळबुळत आणि हलकेच कुईकुई करत बिलनं आपल्या सदिच्छा त्याच्यापर्यंत पोहोचवल्या. इतकंच नाही, तर निरपेक्षपणानं आपल्या उष्ण जिभेनं बकचा चेहेरा चाटून द्यायची तयारीही दर्शवली.

बकसाठी हा अजून एक धडा होता. 'ही अशी पद्धत आहे होय यांची!' विश्वास वाटून मग बकनंच एक जागा निवडली आणि उगाचच गडबड-गडबड करत धसमुसळेपणानं त्यानं स्वतःसाठी एक खड्डा तयार केला. त्यात मुटकुळं करून पडल्यासरशी अंगाची ऊब हाऽहाऽऽ म्हणता खड्डाभर पसरली आणि त्याला झोपही लागून गेली. संपलेला दिवस त्याच्यासाठी फार लांबला होता. खूप धावपळीचा गेला होता. त्यामुळे झोपेत तो अनेकदा चाळवला, गुरगुरला, भुंकला, तरी झोपला मात्र गाढ.

तळावर जाग येऊन हालचालींचे आवाज सुरू होईपर्यंत काही त्याचे डोळे उघडले नाहीत. जेव्हा तो जागा झाला, तेव्हा त्याला कळेचना की, आपण कुठे आलो आहोत! रात्रभर चाललेल्या हिमवर्षावानं बर्फामध्ये तो पार गाडला गेला होता. त्याच्या अंगाभोवती हिमाच्या भिंती तयार झाल्या होत्या. भीतीची एक लाट त्याच्या अंगात सरसरून गेली. एखाद्या स्वच्छंद, मुक्त वन्यप्राण्याला सापळ्याविषयी वाटावी तशीच ही भीती होती. तर वस्तुतः तो जिथून आला होता त्या सुसंस्कृत नागरी जगात ना त्याला सापळा ठाऊक होता, ना सापळ्याची भीती परिचित होती. ज्या स्वच्छंद मुक्त वाटांवर त्याच्या पूर्वजांची पावलं मुक्तपणानं उमटली होती, त्याच हरवलेल्या वाटांचा वास त्याला लागल्याचं ते द्योतक होतं. त्याच्या रक्तात खोलवर वास करून राहिलेल्या जुन्या सवयी आणि त्याचा मूळ पिंड या गोष्टी हळूहळू जाग्या होत होत्या. आता मात्र

प्रतिक्षिप्त क्रियेनं त्याचे केस ताठ झाले, स्नायू ताणले गेले. अंगावर साचलेलं बर्फ झुगारून देत, भयानक ओरडत, डोळे दीपवणाऱ्या प्रकाशाच्या दिशेनं तो उसळला. जेव्हा तो त्याच्या पायांवर उभा राहिला, तेव्हा सभोवतालचा तळ त्याच्या नजरेला पडला आणि मग त्याला परिस्थितीचं भान आलं. त्या मॅन्युएलबरोबर फिरायला म्हणून बाहेर पडल्यापासून काल स्वतःला झोपण्यासाठी खड्डा करण्यापर्यंतचे सर्व प्रसंग त्याच्या मनामध्ये झर्रकन सरकून गेले.

तो नजरेला पडताच फ्रान्सिस तर आनंदानं ओरडलाच! उत्साहानं तो पेरॉल्टला म्हणाला, ''तुला काय बोललो होतो मी? शिकला की नाय बक पटकन!''

पेरॉल्टनं गंभीरपणानं मान डोलावली. कॅनेडिअन सरकारचा जासूद म्हणून तो काम करायचा. 'विशेष' गोष्टी पोहोचत्या करणं हे त्याचं मुख्य काम होतं. त्यासाठी उत्तम प्रकारची कुत्री मिळवण्यासाठी त्याचा शोध सतत सुरू असायचा. बक मिळाल्याचं त्यालाही म्हणूनच समाधान वाटतच होतं.

तासाभरात अजून तीन हस्की कुत्री त्यांच्यात येऊन दाखल झाली. आता कुत्र्यांची संख्या नऊ झाली होती आणि पुढच्या तासाभरात पट्ट्यांना जुंपून त्यांची डायी घळीकडे वाटचाल चालूही झाली. आपण चाललोय हे बकला खरं तर बरंच वाटलं. काम कष्टाचं जरी असलं, तरी ते नकोसं मात्र वाटत नव्हतं. पण ज्या झपाट्यानं उत्साहाचं वातावरण त्यांच्यात पसरलं, ते मात्र त्याला काहीसं गोंधळून टाकणारं होतं. त्यापेक्षा जास्त अचंबित तो झाला ते डेव्ह आणि सोलेक यांच्यात घडून आलेल्या बदलानं. पट्ट्यांना जखडल्याजखडल्या दोघंही आमूलाग्रपणानं बदलली. त्यांच्यातली सगळी बेपर्वाई, निष्क्रियता अगदी गळून गेली. दोघंही अगदी दक्ष आणि सक्रिय बनून गेली. कामात कुठंही खंड पडू नये याबद्दलही त्यांच्यात आतुरता आली. त्यांच्यातला कुणी गोंधळला, टंगळमंगळ करायला लागला, आणि काम रेंगाळलं; तर दोघांचीही माथी भडकायला लागली. जणू काही, शरीर पिळून टाकणारे कष्ट आणि जखडलेले पट्टे हीच त्यांच्या जिवंतपणाची खूण असून जणू त्याच कामासाठी त्यांचा जन्म झाला आहे आणि तोच त्यांचा अंतिम आनंद आहे, अशी त्यांची मनोधारणा झाली होती.

घसरगाडी ओढण्यासाठी डेव्हला अगदी शेवटी गाडीलगत जुंपण्यात आलं. त्याच्यापुढे बक होता आणि बकच्या पुढे सोलेक होता. सोलेकच्या पुढे बाकीचे

सगळे एका रांगेत होते आणि सगळ्यात पुढे स्पिट्झ होता.

डेव्ह आणि सोलेक यांच्याकडून काही शिकता येईल म्हणून मुद्दामच बकला त्या दोघांमध्ये जुंपलं होतं. बक शिकायला जितका उत्सुक होता, तितकीच ही दोघंही शिकवायला तत्पर होती. चुकीनं तो कुठे घुटमळू नये यासाठी दोघांचीही त्याच्यावर कडक नजर होती. प्रसंगी त्याच्यावर आपले दात उमटवून त्याची चूक सुधारायला ती मागेपुढे पाहत नव्हती. त्यातून डेव्हची वर्तणूक तर अगदी न्यायाची आणि शहाणपणाची होती. तो बकला कारण नसताना कधीही चावला नाही आणि जेव्हा आवश्यकता भासली, तेव्हा मात्र चावून सुधरवल्याशिवाय त्यानं बकला सोडलं नाही. डेव्हच्या जोडीला फ्रान्सिसचा चाबूकही असल्यानं डेव्हचा वचपा काढण्यापेक्षा त्याच्या कलानं वागणं बकला जास्त सोयीचं वाटत होतं. मध्येच थोडा वेळ सगळे एकदा थांबलेले असताना बककडून त्या पट्ट्यांचा गुंता झाला आणि त्यामुळे त्यांची वाटचाल सुरू व्हायला उशीर झाला. तेव्हा डेव्ह आणि सोलेक या दोघांनीही बकवर जे तोंड सोडलं, त्यानं पार गडबडून जात बकनं स्वतःला जास्तच गुरफटून घेतलं. तेव्हापासून मात्र त्याच्याकडून पट्ट्यांचा गुंता होणार नाही याची काळजी बक घ्यायला लागला. त्या दिवसाचं काम संपेपर्यंत तर बकच्या कामात चांगलीच सफाई आली होती. त्याच्या जोडीदारांचीही तोंडं आता गप्प झाली होती. फ्रान्सिसच्या चाबकाचं कडाडणंही कमीकमी होत गेलं. एवढंच नाही, तर खुद्द पेरॉल्टनं बकचे पाय आपल्या हातात घेऊन सन्मानपूर्वक तपासले.

फार खडतर प्रवास होता त्या दिवसाचा. तळाच्या कडेला असलेल्या वृक्षराजीच्या पलीकडच्या. मेंढीतळातून पुढे लागणारी घळ चढून ते वर आले. तिथून शेकडो फूट खोल हिमनदी पार करत ते आले. त्यानंतर त्यांनी खाऱ्या आणि गोड्या पाण्यांना विभक्त करत त्यांच्यावर खडा पहारा देणाऱ्या चिलकूट डिव्हाइडवर पाऊल ठेवलं. तिथून निघून निद्रित ज्वालामुखीच्या विवरांनी बनलेली काही तळी पार करून अंधार पडतापडता ते लेक बेनेटपाशी असलेल्या मोठ्या तळावर आले. तिथे सोन्याच्या शोधासाठी आलेल्या हजारो लोकांचं नौकाबांधणीचं काम चाललं होतं. उन्हाळ्यात बर्फ वितळल्यानंतर नौकांची गरज पडण्याची शक्यता असे. तिथे पोहोचताच बकनं खड्डा खणून सरळ ताणून दिली. अतिशय दमणूक झाल्यानं अगदी गाढ झोपला तो. पण तरीही तसं फार काही झोपायला मिळालं नाही त्याला. कमालीच्या गारठ्यामध्ये पहाटे काळोखातच त्यांना परत

कामासाठी जुंपलं गेलं.

आदल्या दिवशी त्यांनी ४० किलोमीटर अंतर पार केलं होतं. अर्थात तुडवल्यानं त्यांची बर्फामधली वाट आयतीच सुकर झाली होती. पण नंतरच्या प्रत्येक दिवशी त्या बर्फामधून त्यांची वाट त्यांनीच तयार केली. त्यासाठी आवश्यक असलेलं बर्फ तुडवण्याचं कष्टकारक कामही त्यांचं त्यांनाच करायला लागलं. त्यामुळे वाटचालीला वेळही जास्त लागायला लागला. त्यांची पद्धत साधारण अशी होती– सर्वांत पुढे चालणारा पेरॉल्ट आपल्या जड बुटांनी बर्फ तुडवत चालायचा. त्यामुळे पाठीमागून चालणाऱ्यांना जरा कमी त्रास व्हायचा आणि 'जी' पोल पकडून गाडीला दिशा देत चालणारा फ्रान्सिस सर्वांत मागून यायचा. कधीकधी ते दोघं आपल्या जागा बदलायचेही. पण असं वारंवार होत नसे, कारण एकतर पेरॉल्टला घाई होती. दुसरं म्हणजे बर्फातून रस्ता काढण्याची उत्तम जाणही त्याला होती आणि त्या गोष्टीचा अभिमानही होता. वाट काढताना कोणत्या जागी बर्फाचा पातळ थर आहे, कोणत्या जागी खळाळतं पाणी आहे याची योग्य जाण असल्याशिवाय तिथे गत्यंतरच नव्हतं.

दिवसांमागून दिवस गेले. प्रवास संपतच नव्हता. पट्टे खेचण्याचं स्वतःचं काम बक पूर्ण ताकदीनं करतच राहिला. अंधार झाला की त्यांचा पडाव पडायचा आणि पहाटे जरा फटफटतंय तोच त्यांची वाटचाल चालू व्हायची, आणि त्यांच्या पायांखाली मैलोन्मैल अंतर पार पडायचं. रात्र पडली की प्रवास थांबायचा. तळ पडायचा. वाट्याला आलेले सुके मासे खायचे आणि बर्फात घुसून स्वतःला झोपेच्या अधीन करायचं, हाच त्या प्रवासातला त्यांचा दिनक्रम होता.

बक तर भुकेनं वखवखलेला असायचा. त्याच्या वाट्याला येणारा दीड पौंड साल्मन तर त्याच्या पोटात कुठल्याकुठे गडप व्हायचा. मिळणारं खाणं पुरं न पडल्यानं तो कायम भुकेनं बेजार असायचा. बाकीच्या कुत्र्यांना ते वजनानं हलके असल्यानं, फक्त एक पौंडच मासे मिळायचे. पण निसर्गतःच त्यांची अंगकाठी तशी असल्यानं त्यांचं तेवढ्यावर भागायचं आणि चांगलं चालायचं.

त्याच्या पूर्वायुष्याशी निगडित असलेला चोखंदळपणा आता कुठल्याकुठे गायब होऊन गेला होता. तसा मूळचा तो चवीनं जेवणाऱ्यांपैकी होता. त्याचे जोडीदार मात्र स्वतःचं खाणं भरकन आटपून त्याच्या खाण्यावर धाड मारायचे. त्यांना अडवणं काही खरं नव्हतं. तो दोघातिघांना पिटाळून लावेपर्यंत उरलेल्यांनी

त्याचं खाणं गिळूनही टाकलेलं असायचं. आता यावर इलाज म्हणून त्यानंही त्यांच्यासारखंच वचावचा खात त्याचं जेवण झटपट आटपणं सुरू केलं. तरी त्याची भूक शिल्लक राहायचीच. खरं तर जे आपलं नाही त्याला तोंड लावू नये, ही त्याची धारणा होती. पण त्याची भूक त्याला त्या धारणेविरुद्ध बंड करायला चिथावणी देत होती आणि इतरांकडूनही तो हेच शिकत होता. त्यांच्यात नवीन आलेल्या आणि नेहमी आजारपणाचं नाटक करून कामचुकारपणा करणाऱ्या लबाड पाईकला पेरॉल्टची पाठ वळताच, बेकनचा तुकडा ढापताना एकदा त्यानं पाहिलं. दुसऱ्या दिवशी बकनं पाईकचा कित्ता गिरवत अख्खं बेकनच ढापलं. फार ओरड झाली त्या दिवशी. अर्थात कुणालाही बकचा संशय आला नाही. पण त्यानं केलेल्या चोरीचा आळ आला तो मात्र नेहमीच घोडचूक करून पकडल्या जाणाऱ्या डबवर.

त्या पहिल्या चोरीनं उत्तरेच्या प्रतिकूल परिस्थितीला तोंड द्यायला बक लायक असल्याचं सिद्ध झालं. जिच्याअभावी थंडगार मृत्यूच केवळ वाट्याला येऊ शकतो, ती उत्तम अनुकूलनक्षमता म्हणजेच सभोवतालाशी जुळवून घेण्याची क्षमता बकमध्ये असल्याचं सिद्ध झालं. अस्तित्वाच्या या निर्दयी लढ्यात अडथळा ठरणाऱ्या अनाठायी नीतिमूल्यांना त्याच्यामधून जणू उतरती कळा लागल्याचंच ते द्योतक होतं. ही नीतिमूल्यं वगैरे सगळी दक्षिणेकडे ठीक होती, तिथे प्रेमाचं आणि बंधुभावाचं राज्य होतं, तिथे प्रत्येकाच्या भावनांचा आणि क्षमतांचा आदर राखला जायचा. पण सोटा आणि सुळे यांचाच कायदा चालणाऱ्या या उत्तरेकडे अशी नीतिमत्ता वगैरे बाळगत जगणं म्हणजे निवळ मूर्खपणा झाला असता आणि असं वागणाऱ्याची पूर्ण वाटच लागली असती.

त्याच्यातला बदल त्यानं काही तर्कसंगतपणानं किंवा जाणीवपूर्वक घडवून आणला असं नव्हे. आपण धडधाकट कसे राहू, एवढंच त्यानं पाहिलं. बदललेल्या आयुष्याच्या साच्यात नकळतपणानं त्यानं स्वतःला सामावून घेतलं. प्रतिस्पर्धी कितीही बलवान असला, तरी बकनं त्यापूर्वी झुंजीमध्ये कधीच माघार घेतली नव्हती. पण आता त्या लाल स्वेटरवाल्याच्या सोट्यानं इथे चालणाऱ्या कायद्याचा मुख्य नियम त्याच्या मनावर खोलवर कोरून टाकला होता. पूर्वीच्या सभ्य, सुसंस्कृत जगात मिलरसाहेबांच्या चाबकाइतकंच नीतिमूल्यांना महत्त्वाचं मानत प्रसंगी त्यानं जीवही दिला असता. पण आता त्याच्यातल्या सभ्यपणाचा आणि सुसंस्कृतपणाचा ऱ्हास झपाट्यानं होत चालला होता आणि नीतिमूल्यं

झुगारून देत फक्त आपलं बूड शाबूत राखण्याची धारणा त्याच्या मनात बळावली होती. आता तो चोऱ्याही करायला लागला होता. त्याला त्या करायला आवडत होत्या म्हणून नव्हे, तर ती त्याच्या पोटातल्या आगीची गरज बनली होती म्हणून. तो काही त्या राजरोस उघडपणानं करत नव्हता, तर कुणाच्याही नकळत अत्यंत धूर्तपणानं सोट्याच्या कायद्याचा आदर घेत करायचा. थोडक्यात, ज्या गोष्टी करायच्या नसतात, त्या करायला सोप्या असल्यानं तो आता त्या करायला लागला होता.

त्याची 'प्रगती' (खरं तर अधोगती) फार झटपट होत गेली. त्याच्या स्नायूंमध्ये लोखंडासारखा कणखरपणा आला. बारीकसारीक दुखण्याखुपण्याबाबत बेपर्वाई आली. तो स्वतःच्या आंतरिक आणि बाह्य गरजांमध्ये काटकसर करायला शिकला. खाण्यासाठी उपलब्ध झालेला पदार्थ कितीही किळसवाणा असला, जड असला; तरी तो तक्रार करेनासा झाला. असल्या पदार्थातली पोषणमूल्यं शोषून घ्यायला त्याचं शरीर समर्थ झालं आणि त्या पोषणमूल्यांना शरीरातल्या कणाकणाकडे नेत त्याचं रक्त त्याला अधिक कणखर, अधिक मजबूत करायला लागलं. त्याची दृष्टी आणि घ्राणेंद्रियं कमालीची तीक्ष्ण झाली. श्रवणक्षमता तर एवढी उंचावली की, झोपेतसुद्धा कानावर पडलेल्या कितीही सूक्ष्म आवाजातला धोका किंवा सलोखा त्याला ओळखता यायला लागला. पावलांमध्ये अडकलेला बर्फ त्याला दातानी काढता यायला लागला, तर तहान लागल्यावर पाण्यावरचा बर्फ पुढच्या पायांच्या आघातानं तडकावत त्याला भोक पडून त्या थराखालचं पाणी प्यायला तो शिकला. त्याच्यात नव्यानं आलेला ठळक गुण म्हणजे नुसत्या वाऱ्याच्या वासावरून तो रात्रीच्या हवामानाचा अंदाज बांधायला शिकला. झोपण्यासाठी झाडालगत अगर तटालगत तो असा उत्तम खड्डा करत असे की, कितीही श्वास कोंडवणारा वारा वाहिला, तरी त्याला त्याचा त्रास होत नसे आणि रात्री उबदार निवारा लाभत असे.

तो सगळंच काही अनुभवानं शिकला असं नाही. त्याच्यात जाग्या झालेल्या सहजप्रवृत्तीनंही तो शिकला. त्याच्या पूर्वजांच्या पाळीव पिढ्यांचे त्याच्यात भिनलेले संस्कार गळून पडत चालले. अतिप्राचीन काळात जंगलांमध्ये झुंडीनं राहणाऱ्या सावजाचा पाठलाग करून त्याची दमछाक करत त्याच्यावर झडप घालणाऱ्या बकच्या रक्तामधल्या त्याच्या पूर्वजांच्या अंधूक स्मृती आता जाग्या व्हायला लागल्या. घाव घालून लचका तोडण्याची लांडगी पद्धत वापरत

झुंजण्याचं शिक्षण घ्यायची काहीच गरज त्याला नव्हती. विस्मरणात गेलेले त्याचे पूर्वज असेच तर झुंजत असत. त्याच्या रक्तात वास करणारी त्याच्या पूर्वजांची जीवनशैली, त्यांची चलाखी, त्यांची लकब बकमध्ये झपाट्यानं जागी लागली. कुठेही शोधण्याची गरज न पडता या सर्व गोष्टी त्याला सहज उपलब्ध झाल्या. किंबहुना त्या त्याच्याकडे आधीपासूनच होत्या.

आणि म्हणून जेव्हा सर्व काही शांत असणाऱ्या थंडगार रात्रींना उंच सुरात, ताऱ्यांकडे नाक करत, बकच्या गळ्यातून आर्त आरोळी निघायची; तेव्हा त्याच्याबरोबरच कधीच दिवंगत झालेले, पण अनेक शतकांनंतरही त्याच्या रक्तात अद्याप वास करणारे त्याचे पूर्वजही बकला साथ द्यायचे. त्या विव्हळण्यातली लय ही खास त्याच्या पूर्वजांची होती. त्या लयीमध्ये बकला अभिप्रेत असलेला एकटेपणाचा, अंधाराचा आणि त्या गारव्याचा अर्थ सामावलेला होता. ते विव्हळणं, ती आरोळी म्हणजे त्याच्या पूर्वजांपासून बकच्या रक्तात भिनलेलं, विफल आयुष्यावर काही बोलू पाहणारं त्याच्या पूर्वजांचं गाणं होतं.

आता त्याच्या पूर्वजांचे स्वभावधर्म बकमध्ये जागृत व्हायला लागले. त्या पूर्वजांचं गाणं बकला गवसलं... खऱ्या अर्थानं 'तो' त्याला गवसला... या साऱ्या योगायोगाच्या गोष्टी नव्हत्या. त्याला दोन कारणं होती. ती म्हणजे...

लोकांना उत्तरेकडे पिवळ्या रंगाचा एक धातू सापडला होता आणि दुसरं कारण म्हणजे मॅन्युएल! माळीबुवांचा तो मदतनीस! त्याच्या तुटपुंज्या रोजगारावर बायकोमुलांचा चरितार्थ चालवणं मॅन्युएलला मुश्कील झालं होतं. त्यामुळेच 'बक' आज इथवर आला होता.

३

मातब्बर
आदिम श्वापद

बकमध्ये सुप्तपणानं वास करून असणाऱ्या आदिम श्वापदाचा विकास मात्र या उग्र, कष्टप्रद वाटचालीत पटापट होत गेला; पण तो अगदी अप्रकटपणे. नव्यानं निर्माण झालेल्या कावेबाजपणानं स्वतःच्या भावनांवर नियंत्रण ठेवण्याचे आणि संयमानं राहण्याचे संस्कार त्याच्यामध्ये रुजले. स्वतःच्या या नव्या आयुष्यामधल्या तणावांचं नियोजन करण्यात, त्या आयुष्याशी जुळवून घेण्यात तो पार गुंतून गेला. झगडे आणि मारामाऱ्या उकरून काढणं असल्या आलतूफालतू गोष्टी तो आता करेनासा झाला. शक्यतो त्या टाळण्याकडेच त्याचा कल राहायला लागला. स्पिट्झचा आणि त्याचा जरी छत्तीसचा आकडा असला; तरी विशेष सावधानता बाळगत, स्वतःकडून कोणताही अविचार अथवा आक्रमण होणार नाही यासंदर्भात तो कमालीचा जागरूक राहायला लागला.

पण दुसऱ्या बाजूला तो स्पिट्झ कणमात्र बदलला नाही. बकला आपला कट्टर वैरी मानून त्याला दात दाखवायची एकही संधी तो दवडत नसे. त्याला छळण्यासाठी प्रसंगी वाकड्यातही शिरून, दोघांपैकी एकाचा मुडदा पडू शकेल अशा जीवघेण्या झुंजीला आमंत्रण देत होता. त्या दिवशी तळावर ती दुर्दैवी घटना न घडती, तर त्या दोघांमधली जीवघेणी झुंज अटळपणानं घडून आली असती....

त्याचं असं झालं, एखाद्या गरम सुरीसारख्या धारदार वाऱ्याला आणि बेफाम हिमवृष्टीला तोंड देत वाटचाल करताना काळोख दाटून आला. त्या अंधारात चाचपडत पुढची वाटचाल अशक्य झाल्यानं त्यांनी त्या तसल्या थंडगार वाहणाऱ्या वाऱ्यातच 'ला बर्ग' सरोवराच्या काठाशी उदासवाण्या

तळावर रात्र काढायचं ठरवलं. कारण त्यापेक्षा चांगली दुसरी जागाच नव्हती. त्यांच्या पिछाडीला खडकभिंत उभी होती. पेरॉल्टला आणि फ्रान्सिसलासुद्धा तिथेच शेकोटी करून त्या बर्फाळ जमिनीवरच खोळी अंथरून त्यात घुसणं भाग पडलं होतं. कारण ओझं कमी करण्याच्या हेतूनं त्यांनी आपले तंबू 'डायी'वरच ठेवले होते. त्या बर्फातच काटक्या पेटवून त्यांनी रात्रीच्या जेवणाची तयारी आरंभली.

पिछाडीच्या खडकांलगत बर्फात खड्डा करून बकनंदेखील त्याच्या झोपण्याची सोय करून ठेवली होती. तयार झालेला खड्डा एवढा उबदार आणि आरामशीर होता की, फ्रान्सिसनं शेकोटीवर मासे शेकवून कुत्र्यांना वाटप चालू केलं, तेव्हासुद्धा तो खड्डा सोडणं बकच्या जिवावर आलं होतं. आपल्या वाटणीचं खाणं संपवून बक त्याच्या खड्ड्याकडे परतला आणि त्याच्या लक्षात आलं की, दुसऱ्याच कुणीतरी त्याची जागा बळकावली आहे. धमकीवजा गुरगुरण्याच्या आवाजावरून घुसखोरी करणारा दुसरातिसरा कुणी नसून ऐतोबा स्पिट्झ आहे हे बकच्या तत्काळ लक्षात आलं.

आपल्या वैऱ्याला सरळ भिडण्याचं आजवर तरी त्यानं टाळलं होतं. पण आता मात्र सहनशक्तीची हद्द झाली होती. त्याचा मूळ रानटी स्वभाव उफाळून आला आणि त्यानं मोठ्या त्वेषानं स्पिट्झवर झेप घेतली. झेपेतल्या आवेगानं आणि स्वतःच्या संतापानं खुद्द बकही चकित झाला आणि स्पिट्झ तर थक्कच झाला. कारण त्याला बकचा असा अनुभव आजवर कधी आलाच नव्हता. आपल्या वैऱ्याला तो बुजरा समजत असे. केवळ आपल्या अजस्र शरीराच्या आणि वजनाच्या साहाय्यानंच त्या झेपेतून तो सावरू शकला.

बकच्या या आवेशानं खुद्द फ्रान्सिसही चकित झाला. वादग्रस्त बनलेल्या त्या खड्ड्यातून एकमेकांना भिडलेले ते दोघंही जण बाहेर उसळले, तेव्हा कुठे त्या झगड्याचं कारणदेखील फ्रान्सिसच्या लक्षात आलं. "आह!" ओरडून त्यानंही बकला उत्तेजन दिलं, "दे ठेवून. हरामखोर! चोर साला!"

मात्र आता स्पिट्झही सरसावला. उतावळेपणानं मागेपुढे पायांवर उसळत, संतापानं भुंकत बकवर झेप घ्यायची संधी तो शोधायला लागला. त्याच्याशी दोन हात करायला बकही तितकाच आतुर झाला होता. पण त्याच्या हालचाली काळजीपूर्वक होत होत्या. स्पिट्झसारखंच मागेपुढे झेपावत त्याच्यावर झडप घालण्याची संधी बकही शोधत होता आणि त्याच वेळी कुणाच्याही ध्यानीमनी

नसलेली ती घटना घडली. या घटनेनं दोघांमधली स्वामित्वासाठीची झुंज एका उच्च बिंदूवर जाऊन पोहचली. आणि भविष्यामध्ये अनेक कष्टप्रद मैलांच्या वाटचालीचं अंतर पार करत असताना या झुंजीवर अनेकांचं लक्ष केंद्रित झालं.

अचानक कानांवर पडला, तो पेरॉल्टच्या शिव्यांचा भडिमार आणि त्याच वेळी त्यानं एका हडकुळ्या प्राण्यावर हाणलेल्या सोट्याचा आवाज. पाठोपाठ उमटलेलं ते उंच केकाटणं. त्याचबरोबर अख्ख्या तळावर एकच गदारोळ सुरू झाला. दबक्या पावलांनी वावरणाऱ्या त्या केसाळ प्राण्यांमुळे जणू काही तळाला खडबडून जाग आली. झालं होतं असं की, दूर अंतरावरच्या आदिवासी खेड्यामधल्या हस्की कुत्र्यांना या तळावरच्या अन्नाचा वास लागला होता. स्पिट्झ आणि बक यांची चांगलीच जुंपलेली असताना त्यांच्यामधली चारपाच कुत्री तर थेट तळावर घुसली होती. त्यांचा समाचार घेण्यासाठी हातात सोटे घेऊन जसे दोन्ही बाप्ये सरसावले, तशी त्या दोघांवर आपले सुळे दाखवत ती कुत्रीही चालून गेली. अन्नाच्या वासानं सगळी कशी वेडीपिशी झाली होती. त्यांच्यातल्या एकानं सरळ खाण्याच्या पेटाऱ्यात आपलं तोंड घातलं. ते पाहून पेरॉल्टनं हातातल्या सोट्याचा एक जोरकस फटका थेट त्याच्या बरगड्यांवर हाणला. फटका इतका जोरकस होता की, त्या धक्क्यानं तो पेटाराही कलंडला. पेटाऱ्यातून सांडलेल्या बेकनवर आणि पावांवर त्या प्राण्यांनी त्याच क्षणी झडप घातली. पाठीवर आदळणाऱ्या सोट्यांचं जणू काही त्यांना भानच नव्हतं. त्या सोट्यांमुळे ते कळवळले, केकाटले; पण सांडलेल्या अन्नाच्या शेवटच्या कणाचा फडशा पडेपर्यंत ते काही तिथून हटले नाहीत. दरम्यान तळावरची इतर कुत्रीही या गोंधळानं चकित होऊन आपला निवारा सोडून बाहेर पडली. पण बिचारी बाहेर पडली तीच मुळी या भयानक हल्लेखोरांच्या तावडीत सापडायला! बकनं तर असली कुत्री जन्मात पाहिली नव्हती. असं वाटत होतं की, कातडी भेदून त्यांची हाडं बाहेर पडणार. फेसाळल्या जबड्यांचे, चिखलानं बरबटलेल्या सैलसर कातडीचे, निखाऱ्यासारख्या डोळ्यांचे ते जसे काही हाडांचे मूर्तिमंत सापळेच होते. त्यांच्या जळजळीत भुकेनं त्यांना अधिकच भेसूर बनवून टाकलं होतं. एक वेडी ताकद त्यांच्यामध्ये आली होती. त्यांनी केलेल्या आक्रमणाच्या पहिल्याच तडाख्यात तळावरची कुत्री पार पिछाडीच्या खडकभिंतीपर्यंत मागे रेटली गेली. त्यांच्यातल्या तिघांनी बकला घेरलं. हाऽहाऽ म्हणता त्याच्या खांद्याची आणि डोक्याची कातडी सोलवटली गेली. भयानक कोलाहल

माजला. बिलीनं नेहमीप्रमाणे आक्रोश सुरू केला. डेव्ह आणि सोलेक मात्र मोठ्या शौर्यानं, अंगावर अनेक रक्ताळलेल्या जखमा घेऊन, त्यांच्याशी खांद्याला खांदा लावून झुंजत होते. त्यांचे लचके तोडण्यासाठी एखाद्या राक्षसाच्या जबड्यासारखा ज्योचा जबडा खटखटत होता. त्याच्या तावडीत सापडलेल्या एका हस्कीचा पाय त्यानं पार हाडांपर्यंत चिरडला. नेहमी आजारपणाचं ढोंग करणारा कामचुकार पाईक त्या हस्कीवर तत्क्षणी झेपावला आणि झटक्यात आपले दात त्या हस्कीच्या नरडीत रोवून त्यानं त्याची मान मोडून टाकली. बकच्याही जबड्यात एका हल्लेखोराची मान सापडली. हल्लेखोराच्या कंठात घुसलेल्या त्याच्या दातांनी उडालेल्या रक्ताच्या चिळकांड्यात बक न्हाऊन निघाला. त्या गरम रक्ताच्या चवीनं अधिकच आक्रमक होत तो दुसऱ्या हल्लेखोरावर झेपावला आणि त्याच क्षणी कुणाचे तरी दात त्याच्या मानेत घुसले. तो दुसरातिसरा कुणी नसून त्यांच्या बाजूनं लढणारा याच तळावरचा दगाबाज स्पिट्झ होता.

हल्लेखोरांनी केलेला पसारा झटपट निपटत फ्रान्सिस आणि पेरॉल्ट दोघंही आपल्या कुत्र्यांना वाचवायला धावले. त्यासरशी त्या हल्लेखोरांनी सपशेल माघार घेतली. इकडे बकनंही स्वतःला सोडवून घेतलं. पण हे थोडाच वेळ टिकलं. दोघाही बाप्यांना आपला शिधा वाचवण्यासाठी पुन्हा एकदा धाव घ्यावी लागली. त्यासरशी त्या हल्लेखोरांनी आपला मोहरा परत एकदा तळावरच्या कुत्र्यांकडे वळवला. बिलकडे तर धिटाईची वानवाच होती. त्या रानटी हल्लेखोरांमधून वाट काढत, विस्तीर्ण पसरलेल्या बर्फावरून तो सुसाट पळत सुटला. पाईक आणि डब यांनी त्याचंच अनुकरण केलं. त्याबरोबर तळावरच्या बाकीच्या कुत्र्यांनी तोच मार्ग स्वीकारला. खरं तर त्या वेळी एका हल्लेखोरावर झेप घेण्यासाठी बक सरसावला होता. पण त्याच वेळी धडकेनं कोलमडून टाकण्यासाठी त्याच्याच दिशेनं सुसाट धावत येणारा स्पिट्झ त्याला डोळ्यांच्या कोपऱ्यातून दिसला. एकदा जर त्याचे पाय जमिनीवरून सुटले, तर मग त्या जंगली कुत्र्यांसमोर त्याचा निभाव लागणार नाही, हे ओळखून स्पिट्झच्या त्या धडकेतून स्वतःला सावरत त्यानंही इतर कुत्र्यांसारखाच पलायनाचा मार्ग पत्करला.

पलायन केलेले ते नऊ जण पुढे जंगलामध्ये एकत्र झाले आणि तिथेच त्यांनी रात्रभर निवारा शोधून मुक्काम ठोकला. हल्लेखोरांनी त्यांचा जरी पाठलाग केला नसला, तरी त्यांची हालत एकंदरीत वाईटच होती. अंगावर किमान चार ते पाच जखमा झाल्या नाहीत असा एकही जण त्यांच्यात नव्हता. काही जण तर जबर

जखमी झाले होते. डबच्या मागच्या पायाला मोठी जखम झाली होती. डायीच्या तळावर त्यांच्यात सर्वांत शेवटी सामील झालेल्या डॉलीचं तर नरडं फाटलं होतं. ज्योचा एक डोळा जायबंदी झाला होता, तर त्या सुस्वभावी बिलच्या कानाच्या चिंध्या लोंबत होत्या. बिचारा रात्रभर कण्हत आणि विव्हळत होता. पहाटेला अगदी मरगळलेल्या अवस्थेत सारे जण तळावर पोहोचले. हल्लेखोर केव्हाच निघून गेले होते. पण अजूनही त्या दोन्ही बाप्यांची डोकी ठिकाणावर आली नव्हती. त्यांचा जवळजवळ अर्धा शिधा फस्त झाला होता. शिवाय त्या हल्लेखोरांनी घसरगाडीच्या पट्ट्यांचे आणि अंथरुणापांघरुणाचेदेखील अगदी लचके तोडले होते. खायला लायक नसलेल्या वस्तूदेखील त्यांच्या तावडीतून सुटल्या नव्हत्या. पेरॉल्टचे हरणाच्या कातडीचे उंच बूट, कातडी वाद्या यांच्यावरही ताव मारण्यात त्यांनी हयगय केली नव्हती. इतकंच काय, तर फ्रान्सिसच्या चाबकाचा दोन फूट तुकडाही त्यांनी गट्टम केला होता.

आपल्या जखमी कुत्र्यांवर नजर पडताच फ्रान्सिसनं मनातले खिन्न विचार दूर सारले आणि तो त्यांच्याकडे वळला आणि म्हणाला,

''अरे, काय रे दोस्तांनो!'' मग मऊ आवाजात म्हणाला, ''बाबांनो, तुम्ही पिसाळला नाहीत म्हणजे मिळवलं आता. सगळी एकजात पागल कुत्री होती साली. किती चावलीत तुम्हांला! देवा रे! काय पेरॉल्ट, बरोबर ना?''

साशंकपणानं पेरॉल्टनं मान डोलावली. डॉसन गाठण्यासाठी त्यांना अजून तब्बल ४०० मैलांचा पल्ला पार करायचा होता. आता कुत्री पिसाळली, तर त्यांना परवडणारच नव्हतं. त्या हल्लेखोरांना शिव्या घालत, दोन तासभर खपून त्यानं हार्नेसेस् ठीकठाक केल्या आणि जखमांनी बेजार झालेल्या कुत्र्यांना तसंच गाडीला जुंपलं. डॉसन गाठण्याच्या प्रवासातला पुढचा सर्वांत खडतर टप्पा आता त्या बिचाऱ्यांना असाच ... आपल्या जखमा आणि वेदना सोसतच पार करायचा होता.

विस्तीर्ण पसरलेल्या 'थर्टी माइल' नदीच्या पात्रातून त्यांना आता मार्गक्रमण करायचं होतं. खळाळत, गिरक्या घेत, जणू गोठण्याला आव्हानच देत त्या नदीचं पाणी वाहत होतं. ज्या ठिकाणी पाणी काहीसं स्थिरावलं होतं, तेवढ्याच भागावर काय तो बर्फ जमला होता. शरीर शिणवून टाकणारं हे तीस मैलांचं अंतर पार करायला किमान सहा दिवसांचा खडतर प्रवास आवश्यक होता. वाटेवरच्या प्रत्येक पावलावर कुत्र्यांच्या किंवा माणसांच्या जिवालाही धोका होता.

त्या परिस्थितीतून वाट काढताना किमान बारा वेळा तरी पायाखालचा बर्फ ढासळून पेरॉल्ट खाईमध्ये कोसळला. पण प्रत्येक वेळेला त्याच्या कोसळणाऱ्या शरीरामुळे निर्माण झालेल्या खड्ड्यावर हातातला बांबू आडवा लावून धरत त्यानं स्वतःला खाईत पडण्यापूर्वी सावरलं. थर्मामीटरवर शून्याखाली ५० अंश गारठा दिसत होता. त्या कमालीच्या गारठ्यात प्रत्येक वेळेला ताबडतोब विस्तव पेटवून त्या धगीत भिजलेले कपडे वाळवण्याशिवाय गत्यंतर नव्हतं.

पण या कशानंही पेरॉल्टची हिंमत तसूभरही खचत नव्हती आणि तो तसा हिमतीचा गडी होता म्हणूनच सरकारनं त्याची या कामासाठी निवड केली होती. कोणताही धोका पत्करायला तो नेहमीच तयार असायचा आणि तसल्या गोठवणाऱ्या थंडीतही खंबीरपणानं त्याची वाटचाल चालूच राहायची. काही क्षण थांबणंही धोक्याचं आहे अशा तडकणाऱ्या बर्फावरून, साठलेल्या बर्फानं चुणीदार झालेल्या कडेच्या किनाऱ्यांना वळसे घालत त्यांची पावलं पुढेपुढे पडतच राहायची. एकदा पायाखालचा बर्फ तडकून बक आणि डेव्ह यांच्यासकट घसरगाडी खाईमध्ये कोसळली. दोघांनाही खेचून कसंबसं वर काढलं. नाहीतर त्यांचा त्या खाईत बर्फाखाली सापडून मृत्यू ठरलेलाच होता. अंगावर बर्फाचा दाट थर साठल्यानं दोघंही अर्धवट गोठल्यागत झाले. त्यांना वाचवण्यासाठी शेकोटी पेटवण्याशिवाय काही पर्यायच नव्हता. मग दोघांनाही घाम येईस्तोवर शेकोटीभोवती पळवून, आणि अगदी होरपळून जाईल असं वाटण्याजोग्या गरमीनं शेकून त्यांना वाचवलं गेलं.

एकदा पुढे चालणारा स्पिट्झ खाईत कोसळला आणि बकच्या पुढचे सगळेच स्पिट्झपाठोपाठ खाईमध्ये ओढले गेले. त्या वेळी आपले पुढचे पंजे त्या घसरड्या, तडकणाऱ्या बर्फावर ताकदीनं रोवत बकनं आणि त्याच्या पाठीमागच्या डेव्हनं नेट लावून त्यांना ओढून धरलं. अर्थात गाडीमागून येणारा फ्रान्सिसही त्यांच्या मदतीला धावला. हातपायाचे स्नायू तुटतील इतक्या ताकदीनं जोर लावत त्यांनी त्या सगळ्यांना ओढून बाहेर काढलं.

नंतर एकदा रस्त्यातला त्यांच्यापुढचा आणि मागचा बर्फ एकाएकी ढासळून दुतर्फा दरी निर्माण झाली. मग शेजारचा बर्फाळ कडा चढून जाण्याखेरीज दुसरा पर्यायच उरला नाही. चमत्कार वाटावा इतक्या सहजपणानं पेरॉल्ट ती भिंत चढून वर गेला. आपल्यालाही ती त्याच्यासारखीच सहजपणानं चढता यावी यासाठी फ्रान्सिसनं मात्र देवाची प्रार्थना केली. अखेरीस त्यांनी मिळेल तो चाबूक, गाडीचे

पट्टे, वाद्या एकत्र जोडून लांबच लांब एक दोर तयार केला आणि त्याच्या साहाय्यानं एकेक करून सगळ्या कुत्र्यांना वर ओढून घेतलं. सगळं सामान आणि ती घसरगाडीही वर पोहोचली. मग सर्वांत शेवटी फ्रान्सिस वर चढला. आता उतरण्याची जागा शोधणं भाग होतं. पुढे जाऊन उतरतानाही त्या दोराचाच वापर त्यांना करावा लागला. रात्र पडली तेव्हा आपली फक्त पावच मैल वाटचाल कशीबशी झाल्याचं त्यांच्या लक्षात आलं.

हूटालिंकापर्यंत येऊन परत चांगला बर्फ लागेपर्यंत मात्र बकमध्ये त्राण उरलं नव्हतं. बाकीच्या कुत्र्यांचीही जवळपास तीच अवस्था होती. पण वाया गेलेला वेळ भरून काढण्यासाठी पेरॉल्ट त्यांना तादडतच होता. पहिल्या दिवशी 'बिग साल्मन'पर्यंतचं ३५ मैल अंतर त्यांनी कापलं. दुसऱ्या दिवशीही ३५ मैल अंतर कापत त्यांनी 'लिटल साल्मन' गाठलं. तिसऱ्या दिवशी चक्क ४० मैल पार करून ते 'फाइव फिंगर' इथे येऊन थडकले.

बकचे पंजे बाकीच्या ध्रुवीय कुत्र्यांसारखे मजबूत आणि घट्ट नव्हते. गुहेत किंवा नदीकिनारी वस्ती करून राहिलेल्या आदिमानवाकडून माणसाळण्यात आलेल्या त्याच्या आदिम पूर्वजांपासून आजपर्यंत पिढ्यान्‌पिढ्या त्याचे पाय नरम पडत आले होते. त्यामुळे तो सारा दिवस वेदना सहन करत आणि लंगडतच बक चालत होता. तळ गाठल्यागाठल्या एखाद्या मेल्या कुत्र्यासारखा तो निपचित पडला. पोटात भुकेनं थैमान घातलं होतं, तरीही स्वतःच्या वाटणीचं खाणं घ्यायलाही तो उठला नाही. शेवटी त्याचं खाणं घेऊन फ्रान्सिसच त्याच्यापाशी आला. त्याचं खाणं झाल्यावर अर्धा तास त्यानं बकचे पाय चोळून दिले. आपल्या उंच बुटांचा वरचा भाग छाटून त्यानं बकसाठी चार पादत्राणं तयार केली. त्या पादत्राणांनी मात्र बकला आराम पडला. एकदा सकाळी त्याच्या पायांमध्ये पादत्राणं घालायला फ्रान्सिस विसरला; तेव्हा पाठीवर पडून, हवेमध्ये आपले पाय नाचवत बकनंच त्याला आठवण करून दिली. त्या वेळी पेरॉल्टच्या रापलेल्या करड्या चेहेऱ्यावरसुद्धा चक्क हास्याची रेषा उमटली. वाटचाल करूनकरून त्याची पावलं टणक झाली, तेव्हा ती झिजलेली पादत्राणंही त्यानं फेकून दिली.

पेलीच्या किनाऱ्यावरून तळ गुंडाळताना कुत्र्यांना जुंपण्याचं काम चालू होतं. त्या वेळी डॉली अचानकपणानं पिसाळली. वास्तविक ती कधी पिसाळेल, हे कधी कुणालाही वाटलं नव्हतं. ती पिसाळली आहे हे कळलं, तेसुद्धा जेव्हा

तिनं लांडग्यासारखं भेसूर, हृदयाचा थरकाप करणारं विव्हळणं आरंभलं तेव्हा! तळावरच्या प्रत्येक कुत्र्याच्या मानेवरचे केस कमालीच्या भीतीनं ताठ झाले आणि डॉली झेपावली ती तडक बककडेच! बकनं खरं तर पिसाळलेला कुत्रा कधीच पाहिला नव्हता. अशा कुत्र्यांची भीती बाळगावी याचं ज्ञान त्याला असण्याचंही काही कारण नव्हतं. पण तरीही हे काहीतरी भयानक आहे याची जाणीव त्याला झाली आणि भीतीनं थरकाप होऊन तो सुसाट पळत सुटला. कमालीच्या धास्तीनं पुढे पळणारा बक आणि मागून अक्षरशः एकाच झेपेच्या अंतरावरून त्याचा पाठलाग करणारी तोंडाला फेस आलेली डॉली! बकला गाठणं तिला शक्य होत नव्हतं एवढा तो घाबरून सुसाट पळत होता, आणि डॉलीचा पिच्छा सोडवणं त्याला शक्य होत नव्हतं एवढी ती पिसाट झाली होती. टेकाडावरच्या झाडीमध्ये बकनं भरधाव वेगानं मुसंडी मारली. झपाट्यानं टेकडी ओलांडत, हिमखंडांनी व्यापलेला पुढचा ओबडधोबड ओढा पार करत त्यानं पुढचं बेट गाठलं. तेही पार करून तो तिसऱ्या बेटावर पोहोचला आणि तिथून सरळ नदीकडे वळत, जिवावर उदार होऊन तो ती पार करायला लागला. एकाच झेपेच्या अंतरावरून त्याच्या पाठलागावर असलेल्या, गुरगुरणाऱ्या डॉलीचं अस्तित्व पाठीमागे न बघताही त्याला जाणवत होतंच. जवळजवळ पाव मैलावरून फ्रान्सिसनं त्याला साद घातली. त्यासरशी झपाट्यानं वळत, तुफान वेगानं त्यानं फ्रान्सिसच्या दिशेनं धाव घेतली. पाठलागावर डॉली होतीच. तिच्यापुढून फक्त झेपेच्या अंतरावरून पुढे पळत, तोंडाला फेस आलेला, धापा टाकणारा बक आता फक्त फ्रान्सिसवर हवाला ठेवून त्याच्या दिशेनं येऊ लागला. हातात कुऱ्हाड पेलत फ्रान्सिस सज्जच होता. जसा बक त्याच्या हाताखालून पुढे पार झाला, तशी फ्रान्सिसच्या हातातली कुऱ्हाड बकचा पाठलाग करणाऱ्या पिसाट डॉलीच्या मस्तकावर कोसळली.

जिवाच्या आकांतानं धावत आलेला बक घसरगाडीला अडखळून कोलमडला. त्याच्या अंगात अजिबात त्राण नव्हतं, हुंदक्याहुंदक्यांनी धपापत त्याचा श्वास चालला होता. मात्र त्याच वेळी त्या स्पिट्झनं मोका साधला आणि बकवर झेप घेतली. प्रतिकाराची शक्ती नसलेल्या आपल्या वैऱ्याच्या अंगात अगदी हाडापर्यंत खोल दात रुतवत स्पिट्झनं त्याला दोन ठिकाणी दंश केला. त्यासरशी फ्रान्सिसचा चाबूक स्पिट्झच्या अंगावर कडाडला. त्यांच्यातल्या कुणीही जेवढे फटके खाल्ले नव्हते, तेवढे स्पिट्झनं त्या दिवशी खाल्ले, आणि ते बघताना

बकला समाधान न वाटतं तरच नवल!

"साला सैतान आहे हा स्पिट्झ," पेरॉल्ट उद्गारला, "जीव घेईल एखाद्या दिवशी त्या बकचा!"

"अरे, तो एक सैतान असला ना, तरी बक दुप्पट सैतान आहे," फ्रान्सिस म्हणाला, "माझं बारीक लक्ष आहे त्याच्यावर. मी सांगतो. ऐक, एक दिवस हा बकच त्याला फाडून बर्फावर फेकून देतोय की नाही, बघ तू!"

त्या दिवसापासून मात्र बक आणि स्पिट्झ यांच्यामधल्या संघर्षाला तोंड फुटलं. कुत्र्यांना जुंपताना स्पिट्झ सर्वांत पुढे असल्यानं तोच म्होरक्या असल्याचं गृहीत धरलं जाई. पण दक्षिणेकडून आलेल्या या विलक्षण कुत्र्यानं त्याच्या या म्होरकेपणालाच थेट आव्हान दिलं होतं. स्पिट्झनं दक्षिणेकडून आलेली कितीतरी कुत्री पाहिली होती. एकजात सगळी कुचकामी आणि नाजूक असत. आणि भूक, गारठा सहन न झाल्यानं अनेक तर मरूनच जात. पण हा बक बाकी अपवाद निघाला. हा चमत्कारिक कुत्रा नुसता टिकून राहिला नाही, तर संपूर्ण विपरीत परिस्थितीमधून तावूनसुलाखून निघाला; आणि त्याहीपेक्षा जास्त भक्कम आणि इतर ध्रुवीय कुत्र्यांच्या तोडीस तोड क्रूर आणि कपटी झाला. मुळातच बकमध्ये स्वामित्वाची आस प्रबळ होती आणि त्याच्या प्रबळ इच्छेमधला आंधळा, अविचारी आवेग त्या लाल स्वेटरवाल्यानं सोट्याचे फटके हाणत काढून टाकला होता. त्यामुळे बक जास्त धोकादायक झाला होता; पराकोटीचा कपटी झाला होता. नेमक्या क्षणाची वाट पाहण्याचं धैर्य त्याच्यात आता पूर्णपणानं भिनून गेलं होतं.

नेतेपदासाठीची झुंज आता अटळ बनली होती. बकला तर ती हवीच होती, कारण त्याचा तो मूळ स्वभाव होता. एका अबोध आणि अनाम प्रेरणेनं त्याचा ताबा घेतला होता. अशी प्रेरणा जिच्यामुळे स्वतःला पट्ट्यांनी जखडून घेऊन, शेवटच्या श्वासापर्यंत जोर लावत, दूरपर्यंत माग काढत मार्गक्रमण करण्याची त्यांची तयारी होती. तीच प्रेरणा जिच्यामुळे त्या वाटचालीत अगदी आनंदानं देह ठेवायचीही त्यांची तयारी होती. पट्ट्यांनी जखडून जुंपण्यावाचून त्यांना वंचित ठेवण्यात आलं असतं, तर त्यांचा हृदयभंग करवून आणणारा स्वाभिमान त्यांच्यात जागवणारी तीच ही प्रेरणा होती. जुंपताना ज्याला सतत सर्वांत शेवटी गाडीलगत जुंपलं जायचं त्या डेव्हमध्ये आणि पूर्ण ताकदीनिशी जिवापाड पट्टे ओढणाऱ्या सोलेकमध्ये तळ पडताच अंगी ताठा उत्पन्न करणारी; आणि तळ सोडताना

गाडीला जुंपताक्षणी त्यांच्यामधल्या कडवट आणि रागानं धुमसणाऱ्या पशूंचे निपचित पडून अस्वस्थपणानं रात्र घालवण्यास भाग पाडणारे ढोर श्रम करण्यास आतुर झालेल्या महत्त्वाकांक्षी जनावरांमध्ये रूपांतर करणारी तीच तर ही प्रेरणा होती. त्याच प्रेरणेनं उद्युक्त होऊन मस्तवाल स्पिट्झ चुकणाऱ्या, कामचुकारपणा करणाऱ्या कुत्र्यांना पिसत होता आणि बकमध्ये आपला कट्टर वैरी दिसताच अस्वस्थ होत होता. आणि बकमध्ये आत्मभान जागं करणारीही तीच प्रेरणा होती.

आणि अशा परिस्थितीत बकनं स्पिट्झच्या नेतेपदाला सरळसरळ आव्हान दिलं. कामचुकाराला अद्दल घडवण्यास सरसावलेल्या स्पिट्झला बक जाणूनबुजून आडवा गेला. त्या रात्री प्रचंड हिमवर्षाव झाला होता. सकाळ झाली, पण आजारपणाचं ढोंग करून काम चुकवणाऱ्या पाईकचा पत्ता नव्हता. कुठेतरी बर्फात फूटभर खोल खळगा करून त्यानं निवांतपणानं दडी मारली होती. फ्रान्सिसनं खूप हाका मारल्या त्याला, त्याचा निष्फळ शोधही घेतला, आणि मग मात्र स्पिट्झ चवताळला! तळावरून तो निघाला तो संतापानं धुमसतच. संभाव्य जागा हुंगत, उकरत आणि संतापानं गुरगुरत स्पिट्झनं त्याची तपासमोहीम चालू केली आणि लपल्या जागी धडकी भरून पाईकची गाळण उडाली.

लपल्या जागेवरून बाहेर पडलेल्या पाईकला शासन करण्यासाठी स्पिट्झनं झेप घेतली आणि त्याच क्षणी तितक्याच त्वेषानं त्या झेपेच्या आड बकनं उडी घेतली. ज्या शिताफीनं आणि अचानकपणानं बकनं उडी घेतली होती, त्यामुळे जमिनीवरचे पाय सुटून स्पिट्झ पाठीमागे भिरकावला गेला. इतका वेळ भेकडपणानं थरथर कापणाऱ्या पाईकला बकच्या बंडखोरीनं एकाएकी बळ आलं आणि कोलमडून पडलेल्या आपल्या नेत्यावर त्यानंही झेप घेतली. सभ्यतेचे नियमबियम केव्हाच विसरलेल्या बकनंही स्पिट्झवर पाठोपाठ हल्ला चढवला. प्रसंगाची मजा वाटून खदाखदा हसत, पण शिस्त आणि कायदा टिकवण्यासाठी फ्रान्सिसनं सगळी ताकद एकवटून हातातल्या चाबकाचा फटका बकवर ओढला. तरीसुद्धा चीत झालेल्या आपल्या वैऱ्याला बक सोडेल, असंही चिन्ह न दिसल्यानं फ्रान्सिसला आता चाबकाचा दांडा वापरणं भाग पडलं. त्या प्रहारानं सुन्न झालेल्या बकवर मग चाबकाचे फटके कडाडतच राहिले आणि बाजूलाच स्पिट्झनंदेखील पाईकचा चांगला समाचार घेतला.

दिवस जात होते, तसं डॉसन जवळ यायला लागलं. दरम्यान स्पिट्झ आणि

बेशिस्त गुन्हेगार यांच्या संबंधात बकची लुडबुड सुरूच राहिली. फ्रान्सिस त्या वेळी आजूबाजूला नाही ना, याची काळजी मात्र बक घेत होता. बकच्या या बिनधास्त बंडखोरीनं इतर कुत्र्यांमध्येही बेशिस्त वाढीला लागली. डेव्ह आणि सोलेक हे दोघं मात्र या सर्वांपासून अलिप्त होते. पण बाकीची मंडळी पार बिघडून गेली. आता एकही गोष्ट धडपणानं घडत नव्हती. एकमेकांतल्या कुरबुरींना आणि भांडणांना नुसता ऊत आला होता. काहीनाकाही घडलं की तंट्याला तोंड फुटायचं. या सगळ्याच्या मुळाशी बक आहे हे फ्रान्सिसला नक्की ठाऊक होतं. त्याची मात्र डोकेदुखी वाढली होती. स्पिट्झ आणि बक या दोघांमधली झुंज त्यांच्यापैकी एकाचा तरी बळी आज ना उद्या घेईल, या भीतीनं फ्रान्सिस कायम धास्तावलेला असायचा. त्यामुळे कुत्र्यांच्या भांडणाचा आवाज रात्री जेव्हा-जेव्हा यायचा, तेव्हा याच दोघांची तर जुंपली नाही ना हे बघण्यासाठी फ्रान्सिसला आपला बिछाना सोडून धाव घ्यावी लागायची.

मात्र तसं काही घडलं नाही. पण त्या झुंजीची शक्यता तशीच कायम ठेवत, एका उदासवाण्या दुपारी त्यांनी डॉसन गाठलं. बरीच माणसं आणि असंख्य कुत्री तिथे बकच्या नजरेला पडली. सगळेच्या सगळे कामात कसे गढून गेले होते. तिकडे चालणारी सगळी कामं केवळ कुत्र्यांच्याच नावानं पुजलेली होती, हे त्याच्या लक्षात आलं. मुख्य रस्त्याला कुत्र्यांच्या रांगांची येजा दिवसभर चालू असे. रात्र पडली तरी कुत्र्यांच्या गळ्यातली घंटांची किणकिण बकच्या कानांवर पडे. जी कामे सॅन्टा क्लारा इथे घोड्यांकरवी पार पडत, ती कामं - उदाहरणार्थ, निवाऱ्यासाठी ओंडक्यांची आणि जळणाच्या सरपणाची खाणीपर्यंत वाहतूक करण्याची कामं इथे कुत्री करत होती. दक्षिणेकडची काही कुत्रीदेखील अध्येमध्ये त्याच्या नजरेला पडायची. पण त्यांच्या रक्तातलं ध्रुवीय लांडग्यांचं वाण ठळकपणानं जाणवायचं आणि दररोज रात्री ९ वाजता, १२ वाजता आणि पहाटे ३ वाजता सर्वांच्या कंठांतून सामूहिकपणानं गूढ आणि व्याकूळ असं रात्रगान उमटायचं. त्यामध्ये बकदेखील उत्कटपणानं सहभागी व्हायचा.

एकीकडे आकाशात अरोराच्या झगझगीत रंगांची उधळण चालली असताना ताऱ्यांचा प्रकाश त्या हिमनृत्यामध्ये सहभागी होण्यासाठी जणू झेपावत जाई. आणि त्याच वेळी एखादं शुभ्र शववस्त्र वाटावं अशा हिमानं झाकलेल्या, गोठून गेलेल्या त्या सुन्न भूमीवरून, करुण स्वरांमध्ये बांधलेले आणि आळवलेले

विलाप आणि अर्धवट हुंदके यांनी गुंफलेलं शोकगीत उमटायचं. त्यांना भोगाव्या लागणाऱ्या यातनामय परिस्थितीबाबतचं त्यांचं परखड मतही आळवलेल्या त्या गीतातून मांडलं जात असावं किंवा त्यांच्या वाट्याला आलेल्या त्या आयुष्याचा धिक्कारही उमटत असावा. खूप प्राचीन गाणं होतं ते, हे मात्र निश्चित! अगदी त्यांच्या कुळाइतकंच जुनं. जग याहीपेक्षा तरुण होतं, आणि बहुतांश स्वर करुण होते त्या काळात तयार झालेलं. जणू काही असंख्य पिढ्यांच्या वेदनांची आणि दुःखाची ती फिर्याद होती.

ती कानांवर पडताच बकचं अंतःकरण ढवळून निघायचं आणि त्याच्याही कंठातून हुंदक्याहुंदक्यांनी त्या शोकगीताचे स्वर उमटायचे. त्याच्या स्वतःच्या आणि रक्तात वास करून असणाऱ्या त्याच्या आदिम जंगली पूर्वजांच्या वेदना, काळोख आणि मरणप्राय गारठा यांचं त्याच्यापर्यंत पूर्वापार चालत आलेलं दडपण हेही त्या गाण्यामधून व्यक्त केलं जायचं आणि मग हृदय ओथंबून टाकणाऱ्या त्या सुरांचे पडसाद काळाला छेदत, भूतकाळातल्या अग्नी आणि निवारा यांच्याही अलीकडच्या युगापर्यंत, पार आदिमापर्यंत जाऊन निनादत राहायचे.

डॉसनला सात दिवस काढल्यावर एका दिवशी बराकीलगतचा तीव्र उतार उतरून, युकॉनचा बर्फ तुडवत, परत एकदा त्यांची 'डायी'कडे वाटचाल चालू झाली. डॉसनला घेऊन आलेल्या मालापेक्षा जास्त जबाबदारीचं काहीतरी पोहोचतं करण्याची कामगिरी पेरॉल्टवर येऊन पडली होती. डॉसन गाठण्यासाठी ज्या पद्धतीनं त्यांनी प्रवास केला होता, त्यानं त्याची उमेद वाढली होती. परतीचा प्रवास तर विक्रमी वेळात पूर्ण करण्याचं त्यानं मनोमन योजलं होतं. कारण आता बऱ्याचशा गोष्टी त्यांना अनुकूल असणार होत्या. आठवडाभराच्या विश्रांतीनं सारी कुत्रीही ताजीतवानी झाली होती. डॉसन गाठण्यासाठी त्यांनी तयार केलेली वाट त्यांच्यामागून डॉसन गाठणाऱ्यांमुळे चांगली मळली जाऊन कडक तयार झाली असण्याची शक्यता होती आणि आता वाटेवर तीनेक ठिकाणी पोलिसांनीही छावण्या उभारल्या होत्या. तिथे माणसांच्या आणि कुत्र्यांच्या पोटांची सोय होणार होती. त्यामुळे परतीच्या प्रवासातला त्यांच्या शिध्याचा भारही हलका होणार होता.

पहिल्या दिवशी चक्क पंचावन्न मैल अंतर पार करून युकॉनवरच्या बर्फाळ वाटेनं ते झपाट्यानं पेलीकडे निघाले होते. त्यांची वाटचाल वेगात चालली होती,

पण फ्रान्सिस मात्र पुरता वैतागून गेला होता. कारण बकच्या कावेबाज बंडखोरीमुळे कुत्र्यांमधली सगळी एकी आणि आपुलकी एव्हाना पार लयाला गेली होती. एकसंधपणे, एकजुटीनं सगळे गाडी ओढतायत; हे चित्र आता दिसतच नव्हतं. बंडखोरांना बकची फूस मिळत असल्यानं त्यांच्या बारीकसारीक खोड्यांना अगदी ऊत आला होता. स्पिट्झच्या म्होरकेगिरीला कुणीही जुमानेनासं झालं होतं. कुणालाच त्याचा वचकही राहिला नव्हता. उलट त्यालाच क्षणोक्षणी आव्हान मिळायला लागलं होतं. पाठीशी बक आहे म्हटल्यावर खुद्द स्पिट्झचा अर्धा मासा पाईकनं एकदा चक्क ढापला आणि खाऊन टाकला होता. एका रात्री म्होरकेपणाची दादागिरी करायला येत असलेल्या स्पिट्झवर ज्यो आणि डब एकत्रितपणानं चालून गेले आणि दादागिरी करण्याचा स्पिट्झचा बेत त्याला रद्द करायला लागला. एवढंच काय, तो बिलही आता पूर्वीसारखा सुस्वभावी राहिला नव्हता. तोही एवढ्यातेवढ्या कारणावरून किंचाळत अंगावर जायला लागला होता, आणि मानेवरचे केस ताठ करून गुरकावल्याखेरीज बक स्पिट्झजवळ जातच नव्हता. त्याच्या नाकावर टिच्चून बक एखाद्या मवाल्यासारखा उद्दाम वागत होता.

माजलेल्या या बेशिस्तीचा त्यांच्या परस्परसंबंधांवरदेखील परिणाम झाला. आपापसांतसुद्धा ते जीव खाऊन भांडायला लागले. त्यांच्यातल्या तंट्यानं, तळावर भुंकण्याचा आणि केकाटण्याचा एकच गदारोळ माजून जाई. डेव्ह आणि सोलेक मात्र या सगळ्यापासून अलिप्त होते. पण क्षुल्लक कारणावरून चाललेल्या इतरांच्या आकांडतांडवामुळे तेही कधीकधी चिडायचे. मग मात्र आपलेच केस उपटून, बर्फावर पाय आपटत आणि सगळ्यांना गलिच्छ शिव्या देत फ्रान्सिस आपल्या संतापाला वाट करून देई. कधी त्याच्या हातातला चाबूक भांडणाऱ्या कुत्र्यांवर तडकायचा. पण त्याचाही फारसा उपयोग होत नसे. त्याची पाठ फिरली रे फिरली की सगळ्यांची परत जुंपायची. त्या कुत्र्यांना बकचा पाठिंबा असायचा आणि आपल्या हातातल्या चाबकानं फ्रान्सिस स्पिट्झची पाठराखण करायचा. या सगळ्या गोंधळाच्या मुळाशी बकच आहे हे फ्रान्सिस चांगलंच ओळखून होता, आणि फ्रान्सिसला हे पुरतं ठाऊक आहे हे बकही जाणून होता. अर्थात आपण रंगेहाथ पकडले जाणार नाही याची काळजी घेण्याइतकी चतुराई त्याच्यात नक्कीच होती. एकदा गाडीला जुंपलं गेलं की तो मनापासून कामाला लागायचा, कारण कष्टाच्या कामानं त्याला आनंदच व्हायचा. पण त्याहीपेक्षा जास्त आनंद त्याला मुद्दाम काहीतरी खुसपट काढून इतरांमध्ये

झगडा लावण्यात मिळायचा, हेही खरंच होतं!

ताहकीना इथे त्यांचा पडाव पडला होता तेव्हाची गोष्ट! रात्रीचं खाणं झाल्यावर डबकडून एक बर्फातला ससा अनपेक्षितपणानं उठवला गेला. त्या डबनं नेहमीसारखाच काहीतरी गोंधळ घातला आणि तो ससा तावडीतून निसटला. त्यासरशी तळावरचे सगळेच एकसाथ त्याच्या पाठलागावर निघाले. त्यांच्यापासून १०० यार्डांवर वायव्य पोलिसांचा तळ होता. विशेष म्हणजे त्या तळावरची पन्नासच्या पन्नास हस्की कुत्रीदेखील या पाठलागात सामील झाली. ससा झपाट्यानं नदीकडे वळला. वाहणारा बारीक ओहोळ वगळता नदीचा सर्व पृष्ठभाग बर्फानं आच्छादलेला होता. ससा वजनाला हलका असल्यानं त्या गोठल्या पात्रावरून पळणं त्याला सोपं जात होतं. पण बर्फात घुसणाऱ्या पायांमुळे नदीच्या गोठल्या पात्रावरून पाठलाग करणं कुत्र्यांना मात्र खूपच अडचणीचं होतं. त्यामुळे काठावरूनच नदीच्या वळणावळणानं हिंस्रपणानं गुरगुरत, आपल्या ताकदवान शरीराच्या झेपा टाकत, त्या साठही कुत्र्यांना आपल्या मागे ठेवत बक एखाद्या भुतासारखा अलवार धावणाऱ्या त्या सशाचा पाठलाग करू लागला.

आपलं घरदार सोडून जंगलात सावज टिपण्यासाठी फिरणाऱ्या शिकाऱ्यामधली युगानुयुगांची खुमखुमी, त्यांच्यातली रक्ताची तहान आता बकमध्ये अतिशय उत्कटपणानं जागी झाली. सर्व कुत्र्यांच्या पुढून आपल्या भक्ष्यामागे धावणारा बक आपल्या भक्ष्यामध्ये आपले दात रुतवायला, त्याच्या रक्तानं पार डोळ्यांपर्यंत आपला जबडा माखून घ्यायला आतुर झाला होता.

सगळं आयुष्य थिटं वाटायला लावणारा परमोच्च आनंदाचा असा एखादा एक क्षण येतो आणि त्यामुळेच सगळं आयुष्य उजळून निघतं. स्वतःला पूर्ण विसरत स्वतःच्याच जगण्याचा साक्षात्कार उत्कटपणानं घडवून आणणाऱ्या विसंगतीचा अनुभव देणारा तो क्षण असतो. हाच परमोच्च क्षण एखाद्या कलाकाराला ज्वालांसारखा लपेटून बेभान करून टाकतो किंवा रोमारोमांत युद्ध भिनलेल्या एखाद्या सैनिकाला त्याची छावणी सोडायला लावून तळहातावर शीर घ्यायला उद्युक्त करतो. सगळ्या कुत्र्यांच्या आघाडीला धावणाऱ्या बकमध्येही हीच भावना त्या क्षणी प्रबळ झाली होती. चंद्राच्या प्रकाशात सावजाचा बेफाम पाठलाग करणाऱ्या बकमधलं मुळातलं लांडगेपण आता प्रकट झालं होतं. रक्तातल्या पारंपरिक स्वाभाविक हाकेला तो प्रतिसाद देत होता. त्याच्यात जागलेल्या आदिम अस्मितेला आलेल्या उधाणानं त्याला व्यापून टाकलं होतं. बेगुमानपणानं

धावणाऱ्या त्याच्या शरीरातल्या सांध्यांच्या, स्नायूंच्या, स्नायूबंधांच्या हालचालींनी त्याच्यातली चेतनेची जाणीव त्यालाही होत होती. ताऱ्यांखालच्या अचल भूमीवरून दौडणाऱ्या बकमधलं मस्तवाल रांगडेपण आता ओसंडून वाहत होतं.

त्यादरम्यान विपरीत परिस्थितीतही हिशोबी थंडपणानं वागणाऱ्या स्पिट्झनं, ज्या ठिकाणी तो प्रवाह एक लांब वळण घेत होता, तिथल्या जमिनीच्या एका अरुंद भूमीपट्ट्यावरून तो प्रवाह ओलांडला. बकच्या ते अजिबात ध्यानात आलं नाही. प्रवाहाच्या काठाकाठानं मोठं वळण घेत पळणाऱ्या बकचं सारं लक्ष फक्त बर्फावरून सुसाट पळणाऱ्या त्या सशाकडे लागलं होतं. सशाच्या पळण्याच्या मार्गामधल्या एकापुढे एक आलेल्या तटभिंतींवरून अचानकपणानं त्या सशावर झेपावणारी दुसरी पिशाचवत आकृती बकनं पाहिली. तो खुद्द स्पिट्झ होता. सशाला आता पळणं शक्यच नव्हतं. हवेतच त्याच्या शुभ्र दातांच्या पकडीत सशाची शुभ्र पाठ चिरडली गेली. आणि वर्मी घाव बसलेल्या माणसासारखी विव्हळ आरोळी त्या सशानं ठोकली. मृत्यूच्या खटक्यात सापडून जीव सोडणाऱ्या त्या जिवानं फोडलेल्या किंकाळीपाठोपाठ बकच्या पाठीमागून धावणाऱ्या जथ्याच्या मुखातून सैतानी आनंदाचा एकच जल्लोश झाला.

मात्र बकच्या मुखातून ना कसला आवाज निघाला; ना त्यानं स्वतःचा वेग आवरला. पूर्ण वेगानं आणि पूर्ण त्वेषानं त्यानं स्वतःला स्पिट्झवर आदळून दिलं. स्पिट्झच्या खांद्यावर त्यानं स्वतःच्या खांद्याची जोरकस धडक मारली. अगदी जराशानं स्पिट्झची मान त्याच्या जबड्यातून बचावली आणि दोघंही त्या भुसभुशीत हिमावर गडगडत गेले. पण स्पिट्झ जसा कोसळला, तसा लागलीच त्याच्या पायांवर उभाही राहिला. जसं काही तो कोसळला नव्हताच. आपल्या पंजानं बकच्या खांद्यावर वार करत झेप घेऊन तो दूरही झाला. सुळ्यांवरचे ओठ ताणून गुरगुरत, पोलादी सापळ्यासारखा आपला जबडा खटकावत दोन वेळा मागे सरून त्यानं पुन्हा पवित्रा घेतला.

ती निर्णायक घटका येऊन ठेपल्याचं बकला त्या क्षणी तत्काळ उमजलं. दोघांपैकी एकाचा मृत्यू आज अटळ होता. दोघंही कान मागे पाडून, दात विचकून एकमेकांवर हल्ला करायला सरसावले होते. हल्ल्याची संधी शोधत, आमनेसामने वर्तुळात फिरत असतानाच बकला अचानक एक जाणीव झाली. हे सगळं पूर्वी कधीतरी होऊन गेलं आहे. हा चंद्राचा प्रकाश, त्यात न्हाऊन निघणारी शुभ्र

हिमाच्छादित झाडं, जमीन आणि हा लढाईचा थरार, हे सारं सारं आपल्या परिचयाचं आहे, असं त्याला भासत होतं.

एक प्रकारची स्तब्ध शांतता आणि भयाण निःशब्दता त्या चंद्रप्रकाशात अवतरली होती. वारासुद्धा वाहायचा थांबला होता. एका पानाचीही हालचाल होत नव्हती. कुत्र्यांचे धुकट उच्छ्वास हवेमध्ये अलगद तरंगत वर जात होते. त्या सशाचा तर त्यांनी केव्हाच फन्ना उडवला होता. आता त्या कुत्र्यांचं ... खरं तर माणसाळलेल्या सैतानी लांडग्यांचं त्या दोघांभोवती आतुर असं कडं तयार झालं होतं. संथपणानं तरंगणारे धुकट उच्छ्वास सोडत झगझगीत डोळ्यांनी ते स्तब्धपणानं उभे होते. मात्र बकला त्यात जराही नावीन्य वाटत नव्हतं. जणू काही हे दृश्य तो पूर्वापार पाहत आला होता. जे काही घडत होतं, ते जसं काही त्याच्या नेहमीच्या शिरस्त्यातलंच होतं.

स्पिट्झ तर कसलेला योद्धा होता. स्पिट्झबर्गनपासून कॅनडाच्या ओसाड भूमीपर्यंत आणि तिथून या बर्फाळ ध्रुवीय प्रदेशापर्यंत त्यानं आपला रुबाब आजतागायत कायम राखलेला होता. जिथे जाईल तिथे सगळ्या कुत्र्यांचं म्होरकेपण संपादन केलं होतं आणि टिकवलंसुद्धा होतं. त्याचा संताप तर अधिकच कडवा होता, पण आंधळा मात्र नव्हता. प्रतिस्पर्ध्याला फाडून त्याच्या चिंधड्या उडवण्याची उत्कट इच्छा उराशी वागवताना आपला प्रतिद्वंद्वीही त्याच भावनेनं पेटलेला असणार याचं भान त्याला कायम असायचं. प्रतिस्पर्ध्याच्या हल्ल्याला समर्थपणानं सामोरं जायला सक्षम असल्यावाचून स्पिट्झ त्याच्यावर कधीच चालून जायचा नाही.

वारंवार झेपावत त्या शुभ्र आणि प्रचंड कुत्र्याच्या मानेत आपले दात रुतवण्याचा बकचा आटोकाट प्रयत्न चालला होता. पण त्याचे सुळे स्पिट्झच्या मानेत रुतण्याअगोदरच स्पिट्झचे सुळे बकच्या सुळ्यांना भिडत होते. सुळ्यांविरुद्ध सुळ्यांच्या लढ्यानं ओठ मात्र फाटून रक्तबंबाळ झाले होते. बकला त्याच्या वैऱ्याचा बचाव काही केल्या भेदता येईना. युद्धज्वर चढलेल्या बकनं मग मात्र स्पिट्झवर हल्ल्यांमागून हल्ल्यांचं वादळ उठवून दिलं. प्रत्येक वेळेला त्या शुभ्र नरडीचा घोट घ्यायला तो झेपावून जायचा आणि प्रत्येक वेळी बकवरच आपल्या नख्यांचा वार करून स्पिट्झ निसटून जायचा. तेव्हा स्पिट्झच्या गळ्याच्या रोखानं घुसणं थांबवत, अचानक वळसा घेऊन आपलं डोकं आत घेत बकनं स्पिट्झला खांद्याच्या धडकेनं उलथून पाडण्यासाठी जोरकस धाव घेतली. पण त्याला लीलया

झोकांडी देत स्पिट्झनं बकचाच खांदा टरकावून टाकला.

स्पिट्झवर साधा ओरखडादेखील उमटला नव्हता. रक्तानं माखून निघालेला बक मात्र आता धापा टाकायला लागला होता. जिवावर उदार होऊन तो लढत होता आणि दोघांपैकी कोण खाली पडतो या निकालाची वाट बघत कुत्र्यांचं कडं त्यांच्याभोवती स्तब्धपणानं उभं होतं. बकची जरी पुरती दमछाक झाली असली, तरी स्पिट्झला मात्र कोणतीही घाई नव्हती. बकचे पाय अडखळून त्याचा तोल कसा जाईल याचीच वाट तो पाहत होता. बक एकदा अडखळून खाली पडतोय असं दिसताच भोवतालचं कडं एकदम सरसावलं. पण बकनं स्वतःला हवेतच सावरलं आणि सगळी कुत्री पुन्हा जागेवर स्तब्ध उभी राहिली.

मातब्बरी मिळवण्यासाठी अत्यंत आवश्यक असा एक गुण जो बकमध्ये होता, तो म्हणजे कल्पनाशक्ती. तो जरी अंतःप्रेरणेनं झुंजत असला, तरी बुद्धीनं लढणंही त्याला ठाऊक होतंच. खांद्याला धडक देऊन स्पिट्झला उलथून टाकण्याच्या मिषानं त्यानं पुन्हा एकदा धाव घेतली आणि शेवटच्या क्षणाला एकदम खाली झुकून आपल्या दातांनी त्यानं स्पिट्झच्या पुढच्या डाव्या पायावर मजबूत पकड घेतली. पाठोपाठ हाड चिरडल्याचा आवाज झाला. तो शुभ्र कुत्रा आता आपल्या तीन पायांवरच उभा राहत आपल्या प्रतिस्पर्ध्याला सामोरा गेला. पुन्हा एकदा तीन वेळा स्पिट्झला धडक देऊन पाडण्यासाठी बक धावून गेला आणि चौथ्या वेळी पहिलीच युक्ती वापरून त्यानं स्पिट्झच्या उजव्या पायाचंही हाड चिरडून टाकलं. तरीही असहायपणानं आपल्या वेदना सोसत स्पिट्झ कडवी झुंज देतच होता. आता त्याच्याच दिशेनं निःशब्दपणानं हळूहळू आवळत चाललेलं त्या हस्कींचं कडं त्याला दिसायला लागलं. भूतकाळात त्याच्याकडून पराभूत झालेल्या त्याच्या प्रतिस्पर्ध्यावर तुटून पडलेलं, धुकट उच्छ्वास सोडणारं, लवलवत्या जिभांचं आणि चकाकत्या डोळ्यांचं असलं कडं त्यानं अनेक वेळा पाहिलं होतं. पण आज मात्र त्या पराभूताची जागा खुद्द त्याला घ्यावी लागत होती.

त्याची सर्व आशा संपल्यात जमा होती. बकला थांबवणं आता केवळ अशक्य होतं. या भूमीवर दया दाखवली जातच नसे.

आणि इकडे बकनं शेवटच्या हल्ल्यासाठी पवित्रा घेतला होता. भोवतालचं कडं आता हळूहळू आवळायला लागलं होतं. इतकं की, त्याच्या बुडाला त्यांचे

श्वास स्पर्श करायला लागले होते. उडी घेण्यासाठी अधीर झालेल्या भोवतालच्या कुत्र्यांचे त्याच्यावरच खिळलेले डोळे बकला जाणवायला लागले. स्तब्धतेचा एक असा क्षण आला की, सर्व जण दगडी पुतळे बनून गेले. एकट्या स्पिट्झचीच काय ती हालचाल होत होती. मागेपुढे वेडेवाकडे पाय टाकत, मानेवरचे केस फिस्कारत, क्रूरपणानं गुरगुरत तो जणू काही त्याच्या मृत्यूला धाक दाखवत होता. पुढेमागे उड्या घेत बकनं स्पिट्झच्या दिशेनं धाव घेतली आणि त्याला शेवटची जोरदार धडक दिली. मात्र ... त्याच क्षणी ते भोवतालचं कडं त्या पराभूतावर आवळलं गेलं आणि स्पिट्झ क्षणार्धात दिसेनासा झाला. बाजूलाच उभं राहून बकनं एखाद्या विजेत्याच्या आविर्भावात ते नाट्य पाहिलं. त्याच्यातल्या मातब्बर, आदिम श्वापदाला आज त्याची शिकार मिळाली होती आणि त्याला ती फार फार आवडली होती.

४

कमावलेलं म्होरकेपण

''तुला काय बोललो होतो मी? बोललो होतो की नाही, स्पिट्झ एकपट, तर बक दुप्पट सैतान आहे!'' फ्रान्सिस बोलत होता. दुसऱ्या दिवशी सकाळी, बेपत्ता असणाऱ्या स्पिट्झच्या आणि बकच्या अंगांवरच्या जखमांवरून त्यानं जे ताडायचं ते बरोबर ताडलं. बकला शेकोटीशी नेऊन त्याच्या जखमांकडे निर्देश करत तो बोलत होता.

''अरे, पण स्पिट्झ खतरनाक आहे.'' झुंजीमध्ये बकला झालेल्या जखमांची, त्याच्या अंगावरल्या चाव्यांची तपासणी करत पेरॉल्ट म्हणाला.

''बक त्याच्या दुपटीनं खतरनाक आहे!'' फ्रान्सिस पुन्हा त्याचं म्हणणं दामटत म्हणाला.

''निदान आता तरी आपला वैताग कमी होईल. तो स्पिट्झ गेला म्हणजे ताप गेला.''

सकाळी तळाची आवराआवर करून सामानसुमान गाडीवर लादायच्या खटपटीत पेरॉल्ट असताना एकीकडे फ्रान्सिसनं कुत्र्यांना गाडीला जुंपायला घेतलं. त्याबरोबर ज्या जागेवर आत्तापर्यंत स्पिट्झ स्वतःचा हक्क राखून होता, त्याच जागेपाशी लगबगीनं जाऊन बक उभा राहिला. पण त्याच्याकडे लक्षही न देता फ्रान्सिसनं सोलेकला आणून त्या मानाच्या जागेवर उभं केलं. फ्रान्सिसच्या मते अग्रस्थानी चालण्यासाठी आता सोलेकच सर्वांत योग्य होता. त्यासरशी भडकून बक सोलेकच्याच अंगावर झेपावून गेला आणि त्याला पार पाठीमागे पिटाळून लावत बक पुन्हा अग्रस्थानी येऊन उभा राहिला.

''असं काय!'' त्याची गंमत वाटून आपल्या मांड्या जोरानं थोपटत फ्रान्सिस

ओरडला, ‘‘अरे ए, हा बक बघितला का? बघ, कसा साला त्या स्पिट्झला खलास करून त्याच्या जागेवर हक्क सांगतोय ते!’’

‘‘चल हट बे! शूक!’’ त्यानं बकला दटावलं. पण बक काही त्या जागेवरून हालायचं नाव घेत नव्हता.

तेव्हा फ्रान्सिसनं बकच्या गुरगुरण्याला न जुमानता त्याची मानगूट पकडून त्याला बाजूला केलं आणि सोलेकला त्या ठिकाणी परत आणलं. सोलेकलाही ते मंजूर नव्हतं. बकला तो टरकून असल्याचं त्यानं स्पष्टपणानं दाखवून दिलं. फ्रान्सिस मात्र आपला हटवादीपणा सोडत नव्हता. पण जशी त्याची पाठ वळली, तसा लागलीच सोलेकला हुसकून त्या जागेवर बक पुन्हा उभा राहिला. सोलेक तर त्या जागेसाठी अजिबात उत्सुक नव्हता.

फ्रान्सिस मात्र आता पुरता रागाला आला. ‘‘च्यामारीऽ थांब बघतोच तुझ्याकडे!’’ तो ओरडला आणि जाऊन एक सोटा घेऊन आला तो बकच्याच दिशेनं!

बकला त्या लाल स्वेटरवाल्या माणसाचं स्मरण अकस्मातपणानं झालं आणि त्या आठवणीनंच तो हळूहळू मागे सरकला. पुन्हा एकदा सोलेकला अग्रस्थानी आणण्यात आलं. आता मात्र त्याच्यावर हल्ला करण्याचा कोणताही प्रयत्न बकनं केला नाही. त्या सोट्यापासून सुरक्षित अंतरावर राहून रागानं धुमसत त्याची गुरगुर मात्र चालूच राहिली. फ्रान्सिसच्या हातातल्या सोट्याकडे नजर ठेवत, त्यानं जर तो फेकून मारलाच, तर हुकवण्याच्या तयारीनं, जरा लांबूनच तो वळसे घ्यायला लागला. कारण सोट्याच्या बाबतीत अनुभवानं तेवढं शहाणपण त्याला आलं होतं.

फ्रान्सिस पुन्हा एकदा त्याच्या कुत्री जुंपायच्या कामाला लागला. डेव्हच्या पुढे, बकच्या नेहमीच्या जुन्याच जागेवर जुंपण्यासाठी फ्रान्सिसनं बकला हाक मारली. पण पुढे न येता उलट तो दोन पावलं मागेच सरला. त्याच्याकडे फ्रान्सिस जसजसा जाऊ लागला, तसा तो अजूनच मागे सरकत राहिला. हा प्रकार थोडा वेळ असाच चालू राहिला. हातातल्या सोट्याला बक कदाचित बिचकत असेल, असं वाटून फ्रान्सिसनं सोटाही टाकून दिला. पण त्यावर बकनं उघडउघड बंड पुकारल्याचं त्याला लक्षात आलं. खरं तर बकला त्या सोट्याच्या फटक्यांपासून स्वतःला वाचवायचं नव्हतं, तर त्याला नेतेपद हवं होतं. तो त्याचा हक्क आहे, आणि तो त्यानं कमावला आहे, असंच तो मानत होता. दुसऱ्या कशानंही आता

त्याचं समाधान होणार नव्हतं.

आता फ्रान्सिसच्या मदतीला पेरॉल्टही आला. दोघं मिळून तासभर तरी बकला पकडायचा प्रयत्न करत राहिले. शेवटी तर त्यांनी चिडून त्याला सोटे फेकून मारले. ते तर त्यानं सहज चुकवले. दोघांनी मिळून त्याला लाखो शिव्या घातल्या. त्याच्या आईबापाचा उद्धार केला. त्याच्या अगदी अख्ख्या कुळाचा उद्धार केला. त्याच्या अंगावरल्या केसाकेसाचा आणि त्याच्या धमन्यांमधून वाहणाऱ्या रक्ताच्या थेंबाथेंबाचा उद्धार केला. पण तरीही बक मात्र त्यांच्या तावडीत न सापडता दुरूनच जोरजोरानं भुंकून आणि गुरगुरून त्यांच्या शिव्यांना उत्तर देत राहिला. पळूनबिळून जायचा प्रयत्न तर त्यानं कणभरसुद्धा केला नाही. फक्त तो त्यांच्यापासून दूरदूर सरकत राहिला आणि त्याची इच्छा पुरी होणार असली, तरच तो त्यांच्या मनासारखं वागणार हे तो जाहीर करत राहिला.

काय करावं हे न सुचून फ्रान्सिस तर खाली बसून डोकं खाजवायला लागला आणि पेरॉल्ट वारंवार घड्याळाकडे बघत शिव्या मोजायला लागला. वेळ तर निघून चालला होता. खरं तर त्यांची वाटचाल तासाभरापूर्वीच पुन्हा सुरू व्हायला हवी होती. फ्रान्सिसनं परत एकदा डोकं खाजवून कसनुसं हसत पेरॉल्टकडे बघून मान हालवली. आपण तर आता हात टेकले अशा आविर्भावात पेरॉल्टनं खांदे उडवले. फ्रान्सिस उठून सोलेकपाशी गेला आणि तिथून त्यानं बकला साद घातली. पण आपलं खास श्वानहास्य चेहेऱ्यावर आणून बक जिथे होता तिथेच उभा राहिला. फ्रान्सिसनं सोलेकला मोकळं करून पुन्हा त्याच्या पूर्वीच्या जागेवर बांधलं. फक्त अग्रस्थानची जागा वगळता सगळे कुत्रे एकसंधपणानं जुंपले गेले. आता बकसाठी फक्त तीच एक जागा काय ती उरली होती. पुन्हा एकदा फ्रान्सिसनं बकला साद घातली, पण पठ्ठ्या तसाच हसत लांबच राहिला.

''सोटा फेक ना हातातला!'' पेरॉल्टनं फ्रान्सिसला सुनावलं. त्याचं म्हणणं मान्य करून फ्रान्सिसनं सोटा टाकून दिला. त्यानं सोटा खाली टाकताक्षणी विजयी श्वानहास्य करत, ऐटीत चालत बक पुढे झाला आणि जुंपून घेण्यासाठी रिकाम्या अग्रस्थानी उभा राहिला. त्याला जुंपल्याजुंपल्या गाडी हालली. मागेपुढे पळणाऱ्या दोन्ही बाप्यांसमवेत त्या गोठलेल्या नदीपात्रावरून भरधाव वेगानं त्यांची वाटचाल सुरू झाली.

दिवस माथ्यावर आल्यावर फ्रान्सिसला कळून चुकलं की, या दुप्पट

सैतानी बकला आपण उगाचच कमी लेखत होतो. अग्रस्थानी जुंपल्याजुंपल्या बकनं नेतेपदाची सर्व सूत्रं स्वतःकडे घेतली. स्पिट्झच्या तोडीचा कुणीच नाही, अशी इतके दिवस फ्रान्सिसची खात्री होती. पण निर्णय घेण्याबाबत असो की जलद विचार करून झटपट कृती करण्याबाबत असो, आपण स्पिट्झपेक्षा निश्चितच सरस आहोत हे बकनं दाखवून दिलं आणि आपल्या सहकाऱ्यांकडून नियमांची कठोर अंमलबजावणी करून घेण्याबाबत तर त्यानं भन्नाटच काम करून दाखवलं.

डेव्ह आणि सोलेक यांच्याबाबत बोलायचं झालं, तर आपला नेता कोण आहे या गोष्टीशी त्यांना काहीही देणंघेणं नव्हतं. त्यांना केवळ आपल्या कामाशी मतलब होता. सगळी ताकद एकवटून गाडी ओढायची एवढंच त्यांना माहिती होतं. त्यात कुणीही लुडबुड करू नये आणि आपल्याला आपलं काम करू द्यावं एवढीच त्यांची माफक अपेक्षा होती. अगदी त्या मवाळ बिलीनं जरी त्यांची म्होरकेगिरी केली असती, तरी त्यांची कोणतीही हरकत नव्हती.

एकेकाला वठणीवर आणत बकनं स्पिट्झच्या शेवटच्या दिवसांत कुत्र्यांमध्ये माजलेली बेशिस्त बरोबर मोडून काढायला सुरुवात केली. बकच्या मागे राहून कायम हातचं राखून गाडी ओढणारा पाईक स्वतःच्या खांद्यांवर औंसभरदेखील जास्तीचा भार वाहायला नाखूश असायचा. मात्र जेव्हा बकनं त्याला दोनचार वेळा चांगला झटका देऊन त्याचा आळस काढून टाकला, तेव्हा आयुष्यात पहिल्यांदाच न भूतो न भविष्यति अशा जोमानं पाईकनं गाडी ओढायला सुरुवात केली. त्याच रात्री तुसड्या ज्योलादेखील बकनं अजिबात हयगय न करता सरळ करून टाकलं. निवळ आपल्या वजनाचा वापर करत बकनं ज्योची जबडा खटकावण्याची सवयच संपवून टाकली. ही गोष्ट स्पिट्झला मात्र कधीही जमली नव्हती.

कंपूमध्ये परत एकदा एकी नांदायला लागली. सगळे जण परत एकदा एकतानतेनं कामाला लागले. गाडी ओढताना सगळ्यांमध्ये परत एकसंधता आली. रिंक रॅपिड्स इथे टीक आणि कूना नावाची दोन स्थानिक हस्की कुत्री त्यांना येऊन मिळाली, आणि ज्या त्वरेनं बकनं त्यांना त्यांची जागा दाखवली, ते पाहून तर फ्रान्सिस श्वास घ्यायचाच क्षणभर विसरला.

''या बकसारखा कुत्रा तर आपण जन्मात नाय पाह्यला,'' मोठ्या आवाजात तो म्हणाला, ''हजार डॉलरलापण असला कुत्रा नाय मिळायचा, काय

रे पेरॉल्ट?''

पेरॉल्टनं यावर फक्त मान हालवली. आतापर्यंतचे सगळे विक्रम मोडीत काढत मोठ्या धडाक्यात त्यांची वाटचाल चालली होती. त्यांचा मार्गही चांगला मळला जाऊन रुळल्यानं छान कडक झाला होता. त्यामुळे त्यांना चालणंही सुलभ होत होतं. नव्यानं हिमवर्षाव झाला नव्हता, त्यामुळे तोही ताप नव्हता. गारठाही विशेष नव्हता. संपूर्ण वाटचालीत तापमान शून्याखाली पन्नास अंशांवरच कायम राहिलं. दोन्ही बाप्ये आळीपाळीनं पळत आणि गाडी हाकत राहिले आणि किरकोळ थांबे वगळता कुत्र्यांची दौडही जारीच राहिली.

थर्टी माइल नदीवर गेल्या वेळेपेक्षा दाट बर्फ आच्छादलं गेलं होतं, त्यामुळे परतीच्या प्रवासात तर त्यांनी हा टप्पा केवळ एकाच दिवसात पार केला. याच अंतरासाठी त्यांना गेल्या वेळी तब्बल दहा दिवस लागले होते. ला बर्ग लेक ते व्हाइट हॉर्स रॅपिड्स हा साठ मैलांचा पल्ला त्यांनी एका दमात कापला. मार्श, तगिश, बेनेट हा गोठलेल्या तलावांचा सत्तर मैलांचा टापू तर त्यांनी इतक्या भन्नाट वेगात पार केला की, गाडीमागून येणाऱ्याला धावायची गरजच पडली नाही. घसरगाडीच्या दोराला ताणून निवांत बर्फावरून घसरतच तो येऊ शकला. दुसऱ्या आठवड्याच्या शेवटच्या रात्री व्हाइट पास ओलांडून दिव्यांनी लखलखलेल्या आणि जहाजं नांगरलेल्या स्कॅगवेच्या किनाऱ्याला ते येऊन थडकलेसुद्धा.

त्यांनी विक्रमी वेळ नोंदवली होती. गेल्या चौदा दिवसांत त्यांनी दर दिवशी सरासरी चाळीस मैल अंतर कापलं होतं. मग सतत तीन दिवस पेरॉल्ट आणि फ्रान्सिस अक्षरशः ओकेस्तोवर पीत राहिले. कौतुकाचा विषय झाल्यानं सतत कुणीनाकुणी त्यांना दारू पिण्यासाठी निमंत्रण देतच होता. दोघं अगदी दारूच्या पुरात बुडून गेले. सगळी कुत्रीही इतर गाडीवाल्यांच्या आणि कुत्रेशौकिनांच्या कौतुकाचा विषय होऊन त्यांच्या गप्पांचा भाग बनली. पण लवकरच लोकांचं लक्ष दुसरीकडे वळलं. पश्चिमेकडच्या तीनचार लोकांनी मोठा हात मारायच्या महत्त्वाकांक्षेनं शहरात कुठेतरी डल्ला मारला आणि लोकांना गप्पांना नवीन विषय मिळाला.

वरून आलेल्या हुकुमानं पेरॉल्टला आणि फ्रान्सिसला सरकारनं परत बोलावून घेतलं. कुत्र्यांना सोडून जाताना मात्र बकला जवळ बोलावून घेत त्याच्या मानेला मिठी मारून फ्रान्सिस रड रड रडला. तेव्हाच काय ते त्या दोघांना बकनं शेवटचं

बघितलं. त्याच्या आयुष्यातून कायमचे निघून गेलेल्या अनेकांसारखे ते दोघंही निघून गेले.

आता एका भिन्नवंशी स्कॉच माणसानं बकचा आणि त्याच्या सहकाऱ्यांचा ताबा घेतला. इतर बारा कुत्र्यांच्या चमूबरोबर त्यांची परत एकदा डॉसनकडे खडतर अशी वाटचाल सुरू झाली. पण आताची वाटचाल बिगरओझ्याची नव्हती. त्यामुळे विक्रमी वेळ नोंदवणं वगैरे शक्यच नव्हतं. अतिशय भाराच्या मालाची वाहतूक आता करायची असल्यानं प्रत्येक दिवस कष्टाचा होता. त्यांचा तांडा आता टपाल घेऊन निघाला होता. ध्रुवीय प्रदेशात सोन्यासाठी खोदकाम करणाऱ्यांना जगभरातून पाठवल्या गेलेल्या निरोपांची आणि संदेशांची वाहतूक करत ते निघाले होते.

हे काम बकच्या पसंतीस उतरलं नव्हतं, तरी तो ते नेटानं करतच राहिला. डेव्ह आणि सोलेक यांच्यासारखाच बकही कष्टाचा अभिमान बाळगत खपत राहिला आणि इतरांकडूनही– भले त्यांना त्यांच्या कामाचा अभिमान वाटो किंवा न वाटो, चोख काम करवून घेत राहिला. सगळं कसं एकसुरीपणानं यंत्रवत चाललं होतं. सगळे दिवस सारखेच वाटत होते. सकाळी अगदी ठरावीक वेळेला स्वयंपाकी यायचे, विस्तव पेटवला जायचा, न्याहारी केली जायची. मग काही जण तळ आवरायला घ्यायचे, तर काही जण कुत्र्यांना जुंपायला घ्यायचे. उजाडायच्या आधी तासभर तर त्यांची वाटचाल सुरूही झालेली असायची. रात्री परत कुठेतरी तळ पडायचा. मग काही जण तंबू लावायला घ्यायचे, काही जण पाइन वृक्षांच्या फांद्या तोडून सरपणाची तयारी करायचे. आचाऱ्यांना पाणी किंवा बर्फ आणून द्यायचं काम कुणी हातात घ्यायचं, काही जण कुत्र्यांचं खाणंपिणं बघायचे. मासे खाऊन झाल्यावर तळावरच्या इतर शंभराच्या वर कुत्र्यांबरोबर तासभर निवांत वेळ काढणं, हे सगळ्याच कुत्र्यांसाठी दिवसाचं खास आकर्षण असायचं. तुंबळ अशा तीन झुंजींमध्ये काही कसलेल्या तरबेजांना धूळ चारल्यानं आता बकनं नुसते केस ताठ करून दात दाखवत हूल दिली तरी पुरे व्हायचं.

पण बकला सर्वांत प्रिय होतं, ते म्हणजे शेकोटीजवळ पडून राहणं. पाठीमागचे पाय अंगाखाली दुमडून, पुढचे पाय ताणत, मान ताठ करून शेकोटीच्या ज्वाळांकडे एकटक बघत राहायला त्याला फार आवडायचं. तेव्हा तो जुन्या आठवणींमध्ये हरवून जायचा. लख्ख सूर्यप्रकाशातलं सॅन्टा क्लारा खोऱ्यातलं मिलरसाहेबांचं घर, तिथला पोहण्याचा तलाव, तिथले ते फायनेबाज

जपानी पग्ज आणि नखरेल मेक्सिकन इझाबेल कुत्री या सगळ्या गोष्टी त्याला आठवायच्या. पण त्याही फार क्वचित. तो लाल स्वेटरवाला, कर्लीचा मृत्यू, त्या स्पिट्झबरोबर घेतलेली जीवघेणी लढत या आठवणी; तसंच काही चांगलंचुंगलं खाल्ल्याच्या आणि जे खाऊ नये तेही खाल्ल्याच्या आठवणी मात्र मनात वारंवार यायच्या. त्याच्या जुन्या घराच्या आठवणींनी तो उदास वगैरे होत नसे, कारण आता त्या लख्ख प्रदेशाच्या आठवणीच मुळात अंधूक झाल्या होत्या आणि दूरच्या वाटत होत्या. त्या आठवणींचा त्याच्यावरचा प्रभाव आता खूप कमी झाला होता. पण आजवर न पाहिलेल्या गोष्टी, ओळखीच्या वाटणाऱ्या आणि वंश परंपरेनं त्याच्याकडे चालत आलेल्या अनेक आठवणी मात्र त्याच्या मनामध्ये अधिक ठळक जाग्या झाल्या होत्या. काळाच्या ओघात विझून गेलेल्या त्याच्या आदिम पूर्वजांच्या आठवणी, त्यांच्या लकबी त्याच्यामध्ये आता उजळायला लागल्या होत्या, जिवंत व्हायला लागल्या होत्या.

असाच स्वप्नाळू डोळ्यांनी त्या शेकोटीसमोर तो कधीकधी पडलेला असे आणि त्याला भास होई की, या ज्वाळा दुसऱ्याच कुठल्यातरी शेकोटीच्या आहेत. त्या दुसऱ्या शेकोटीसमोरही तोच तसाच बसलेला आहे आणि नेहमीच्या काळ्या मिश्रवंशी आचाऱ्याहून वेगळाच दिसणारा कुणी इसम त्याच्या जोडीनं त्या शेकोटीशी बसलाय. या माणसाचे पाय जरासे आखूड आहेत आणि त्याचे हात मात्र लांब आहेत. त्याचे स्नायू भरीव गोलाकार नसून बारीक गाठीगाठीचे आहेत. त्याचे केस लांब आणि राठ आहेत, तर त्याचं कपाळ डोळ्यांपर्यंत उतरत आलं आहे. त्याच्या कंठातून वेगळेच आवाज उमटतायत आणि त्याला अंधाराचं फार फार भय वाटतंय. गुडघ्यांपर्यंत लांब असलेल्या त्याच्या हातात टोकाला गच्च बांधल्यासारखं घेतलेलं दांडकं आवळत तो वारंवार त्या काळोखात नजर टाकतोय. अर्धवट पाठ झाकणारं जीर्ण ओबडधोबड कातडं वगळता तो पूर्ण उघडावाघडा आहे. त्याचं शरीर चांगलंच केसाळ आहे. काहीकाही ठिकाणी तर ... म्हणजे त्याच्या छातीवर, खांद्यांवर, दंडांवर आणि मांड्यांवर राठ केसांची दाट लोकर आहे. सरळ उभं न राहता तो नेहमी कंबरेत वाकून उभा राहतो आणि गुडघ्यांमध्येही तो किंचित वाकलेला असतो. चालताना तो एखाद्या मांजरागत उसळल्यासारखा चालतो. ज्ञात आणि अज्ञात भयाच्या सावटाखाली कायम वावरणाऱ्या त्याच्या प्रत्येक हालचालीमधून एक प्रकारची तत्पर सावधानता कशी ओसंडून वाहते.

त्या शेकोटीसमोरच पायांवर बैठक मारून आपलं डोकं पायांमध्ये दडवत तो झोपतो. त्या वेळी त्यानं त्याच्या दोन्ही हातांची कोपरं गुडघ्यांवर टेकवत, जणू काही पावसापासून डोक्याचं रक्षण करण्याच्या हेतूनं आपल्या दोन्ही हातांचे पंजे डोक्यावर एकत्र गुंफवून धरलेले असतात. त्याच वेळी शेकोटीच्या प्रकाशवर्तुळाबाहेर अंधारामध्ये निखाऱ्यासारख्या चमकणाऱ्या वर्तुळांच्या अनेक जोड्या बकला दिसतात आणि भक्ष्यावर श्वापदं आल्याचं बकच्या लागलीच ध्यानात येतं. काळोखातून त्यांची गुरगुर आणि जमिनीवर घासणाऱ्या त्यांच्या नख्यांचेही आवाज बकच्या कानांवर पडतात.

अशा प्रकारे युकॉनच्या तीरावर शेकोटीसमोर अर्धमिटल्या डोळ्यांनी गुंगून, पेंगुळल्या नजरेनं त्या ज्वाळांकडे एकटक पाहणाऱ्या बकच्या कानांवर हे असं दुसऱ्याच कोणत्यातरी जगातले, भय जागं करणारे आवाज पडल्यानं त्याच्या खांद्यांचा आणि मानेचा केसन्‌केस ताठ व्हायचा. मग त्याच्याही नकळत त्याच्या गळ्यातून मंद हुंदके फुटायचे आणि दबकी गुरगुर उमटायची. नेमका त्याच वेळी तो भिन्नवंशी आचारी त्याच्यावर, ''ऊठ बे बक, झोपला का काय?'' असं खेकसत त्याला जागं करायचा. त्यासरशी ते दुसरं जग कुठल्याकुठे दूर निघून जायचं आणि नेहमीचं जग त्याच्या डोळ्यांसमोर साकारायचं. मग बकही जणू काही झोपेतून उठल्यासारखा अंग ताणत मोठी जांभई द्यायचा.

ही टपालं पोचवण्याची त्यांची सफर मात्र महाकष्टाची होती. रोजच्या श्रमानं त्यांच्यात त्राण राहत नव्हतं. डॉसन गाठेपर्यंत त्यांची वजनं कमी झाली होती आणि त्यांच्या तब्येतीही ढासळल्या होत्या. खरं तर त्यांना डॉसनमध्ये दहा दिवसांच्या विश्रांतीची नितांत गरज होती, निदान आठवड्याभराच्या तरी. पण उण्यापुऱ्या दोनच दिवसांमध्ये जगभरात पाठवण्याच्या टपालांचा भला मोठा भार घेऊन, बराकीलगतचा तीव्र उतार उतरत युकॉनच्या पात्रावरून त्यांची परतीची वाटचाल सुरूही झाली. सगळीच कुत्री शिणली होती. घसरगाड्या हाकणारे लोकही कुरकुरायला लागले होते आणि भरीस भर म्हणून तशात हिमवृष्टीही सुरू झाली. मऊ बर्फातून वाट काढणं वाटाड्यांनाही अवघड जात होतं आणि भार ओढणं कुत्र्यांना जड जात होतं. मात्र गाड्या हाकणारी मंडळी भली होती. होता होईल तेवढी ती कुत्र्यांची काळजी घेत होती.

रात्री तळ पडताच सगळ्यांत आधी कुत्र्यांकडे लक्ष दिलं जायचं. कुत्र्यांना सगळ्यांच्या आधी खायला घातलं जायचं. आपापल्या कुत्र्यांच्या पायांची

मलमपट्टी केल्याशिवाय कुणीही झोपण्यासाठी खोळीमध्ये घुसायचं नाही. एवढं करूनही कुत्री मात्र कमजोरच होत चालली. हिवाळा चालू झाल्यापासून त्यांनी जवळजवळ १८०० मैल अंतर कापलं होतं, तेही तसल्या दमछाक करणाऱ्या वाटेनं गाडी ओढत! त्यांच्या कणखरपणाची ती परीक्षाच होती. स्वतः बकचीही अतिशय दमणूक झाली होती. तरीही आपल्या सहकाऱ्यांकडून शिस्तीला कुठेही बाधा आणू न देता काम करवून घेत तो स्वतःचं नेतेपद सिद्ध करून दाखवत होता.

बिल तर बिचारा झोपेतसुद्धा दररोज रात्री कण्हायचा आणि रडायचा. ज्यो पूर्वीपेक्षा तुसडा झाला होता आणि सोलेकच्या आंधळ्या बाजूकडून तर सोडाच, पण डोळस बाजूकडूनही त्याच्या जवळ जाणं अशक्य होऊन बसलं होतं. पण सगळ्यांत जास्त सोसावं लागलं ते डेव्हला. त्याचं काहीतरी जाम बिनसलं होतं. दिवसेंदिवस तो अधिकाधिक उदास आणि चिडचिडा बनत चालला होता. तळ पडताच कुठेतरी खड्डा करून तो पडून राहायचा. त्यांचा गाडीवाला डेव्हच्या खड्ड्याजवळ येऊनच त्याचं खाणंपिणं बघायचा. एकदा का त्याच्या हार्नेस उतरवल्या की दुसऱ्या दिवशी त्या पुन्हा चढवेपर्यंत तो जमिनीवर उभा म्हणून काही राहायचा नाही. प्रवासात कधी एखाद्या धक्क्यानं गाडी अचानक थांबली, तर किंवा थांबलेली गाडी सुरू करायच्या वेळी नेट लावताना तो अक्षरशः कळवळायचा. त्यांच्या गाडीवाल्यानं त्याला तपासलं, पण गाडीवाल्याला काहीही आढळलं नाही. तो सगळ्याच गाडीवाल्यांच्या कुतूहलाचा एक विषयच होऊन बसला होता. दर रात्री जेवण्याच्या वेळी त्यांची याच विषयावर चर्चा चालायची. एका रात्री झोपण्यापूर्वी शेवटचा पाइप ओढून झाल्यावर त्या सर्वांनी डेव्हची एकत्रित तपासणी करायचं ठरवलं आणि त्यांनी त्याला त्याच्या खड्ड्यातून उचलून शेकोटीजवळ आणलं. शेवटीशेवटी तर तो विव्हळायला लागेपर्यंत त्याच्या अंगाला, ठिकठिकाणी दाबत चाचपून तपासलं. त्याच्या हाडांमध्ये तर काहीही मोडतोड झाली नव्हती, पण आतमध्ये नक्कीच काहीतरी बिघडलं होतं. नेमकं काय ते मात्र त्यांना कळेना.

त्यांनी 'कॅशिअर बार' गाठेस्तोवर डेव्ह इतका अशक्त झाला की, जुंपलेल्या अवस्थेत वाट चालताचालताच तो अनेकदा कोसळला. शेवटी त्या मिश्रवंशी स्कॉचनं तांडा थांबवला आणि डेव्हला मोकळं करून त्याच्या जागेवर सोलेकला जुंपलं. वाटचालीत कुठे खंड पडायला नको एवढंच त्याला साधायचं होतं. शिवाय गाडीमागे मोकळेपणानं चालल्यानं डेव्हलाही जरा आराम मिळेल असंही

त्याला वाटत होतं. पण जेव्हा त्याला मोकळं केलं गेलं, तेव्हा एवढा जायबंदी असूनही डेव्हनं थयथयाट सुरू केला. आपली तीव्र नापसंती दाखवत तो गुरगुरला आणि चिडीनं केकाटला; आणि ज्या जागेवर इतके दिवस त्यानं मानानं काढले, त्याच जागेवर सोलेकला जुंपलं जातंय हे पाहताच अखेरीस तर त्यानं पुरा ठाव सोडला. तो करुण आवाजात विव्हळायला लागला. कारण स्वतःच्या हक्काच्या जागेवर जुंपलेलं राहणं हा तो त्याचा मानबिंदू समजत होता. त्याचा जीव गेला, तरी त्या जागेवर दुसऱ्या कुणालाही जुंपलेलं त्याला बघवलं नसतं.

गाडी हालली, त्यासरशी वाटेलगतच्या भुसभुशीत हिमावर झोकांड्या खात, धडपडत पावलं टाकत डेव्हनं आपल्या सुळ्यांनी सोलेकवरच हल्ला चढवला. आपली सगळी ताकद एकवटून सोलेकला भिडत डेव्हनं सोलेकला बाजूच्या हिमावर ढकलून द्यायचा प्रयत्न आरंभला. अपार वेदनेनं कळवळून विव्हळत आणि भुंकत, कुत्र्यांना जुंपलेल्या पट्ट्यांवरून उडी घेण्याचा आणि स्वतःच्या हक्काच्या जागेवर जाण्याचा आटोकाट प्रयत्न तो करायला लागला. त्या भिन्नवंशी स्कॉच माणसानं आपल्या हातातला चाबूक चालवत डेव्हला हुसकण्याचा प्रयत्न करून पाहिला, पण त्या चाबकालाही डेव्ह जुमानेनासा झाला आणि त्याच्यावर अधिक ताकदीनं चाबूक चालवण्यास त्या गाडीवाल्याचा हातही धजावेना. गाडीमागून विनाकष्टानं चालण्याची डेव्हची तयारीच नव्हती. चालायला कष्ट पडणाऱ्या भुसभुशीत हिमावर झोकांड्या खात, धडपडत, गाडीच्या बाजूबाजूनं तो येतच राहिला. जेव्हा त्याला अगदीच चालवेना, तेव्हा मात्र तो खाली कोसळला आणि शेजारून सरकत जाणाऱ्या गाड्यांच्या तांड्याकडे विषण्णपणानं बघत व्याकूळ होऊन ओक्साबोक्शी रडायला लागला.

पण तरीही शेवटी परत एकदा आपली सर्व ताकद एकवटत तो उठला आणि तांड्यामागे झोकांड्या खात कसाबसा चालत निघाला. काही कारणानं पुढे एका ठिकाणी थांबलेल्या तांड्यातली आपली गाडी शोधून काढून तो सोलेकशेजारी येऊन थांबला. तो गाडीवाला पाठीमागच्या गाडीवाल्याकडून पाइप शिलगावण्यासाठी जरा रेंगाळला होता. तो परत आला आणि त्यानं कुत्र्यांना चालण्याचा इशारा केला. कुत्री पुढे निघाली खरी, पण नेहमीच्या भाराचा आणि पट्ट्यांच्या ताणाचा अभाव जाणवताच त्यांच्या माना अचंब्यानं मागे वळल्या. गाडी हाललीच नाही हे बघून तो गाडीवालाही बुचकळ्यात पडला. काय झालंय याची तपासणी त्यानं खाली उतरून केली आणि घडलेला

प्रकार बघायला आपल्या जोडीदारांना हाकारून बोलावलं. सोलेकच्च्या दोन्ही अंगांचे गाडीला जुंपलेले पट्टे डेव्हनं आपल्या दातांनी चावून तोडून टाकले होते आणि त्या गाडीसमोर त्याच्या हक्काच्या जागेवर तो उभा राहिला होता. आणि 'आता तरी त्याला त्या जागेवरून हटवू नका' अशी विनवणी त्याचे डोळे करत होते.

गाडीवानाला मोठंच कोडं पडलं. कुत्र्याला तुम्ही काम नाकारलंत, मग भले ते मरणाचं अवघड का असेना, तर तो ते कसं मनाला लावून घेतो याच्याबद्दल त्याचे सहकारी चर्चा करायला लागले. मग त्यांच्यातल्या कुणाकुणाला माहिती असलेल्या हकिकतीही सुरू झाल्या की, कसं एका कुत्र्यानं म्हातारा झाल्यानं का जखमी झाल्यानं त्याला न जुंपल्यानं खंतावून जीव सोडला वगैरे. शेवटी सगळ्यांनी मिळून डेव्हला त्याच्या मनासारखं वागू द्यायचं ठरवलं. नाहीतरी एवीतेवी तो मरणारच होता. निदान जुंपलेल्या अवस्थेत मरण आलं, तर त्याच्या मनाला तरी समाधान मिळेल असं मान्य झालं आणि डेव्हला परत एकदा त्याच्या हक्काच्या मूळ जागी जुंपलं गेलं. जुंपल्या जागी तो अनेकदा कोसळला, गाडीबरोबर फरफटला गेला, वेदनेच्या सणकांनी अनैच्छिकपणानं विव्हळला; पण मोठ्या अभिमानानं तो परत गाडी ओढायला लागला. एकदा तर गाडीखाली सापडला; तरीही पाठीमागच्या दोन्ही पायांनी लंगडत का होईना, पण गर्वानं तो वाट चालतच राहिला.

गाडी जशी तळावर आली, तसं गाडीवानानं त्याला शेकोटीशेजारी जागा तयार करून दिली. सकाळी तर तो एवढा अशक्त झाला होता की, त्याच्याच्यानं प्रवास शक्यच नव्हता. तरीही कुत्र्यांना जुंपायच्या वेळी गाडीवानाकडे सरपटत येण्याचा प्रयत्न तो करायला लागला. मोठ्या कष्टानं तो त्याच्या पायांवर कसाबसा उभाही राहिला, पण पुन्हा कोसळलाच. त्याच्या जोडीदारांना जिथे हार्नेस चढवली जात होती, त्या बाजूला एखाद्या आळीसारखे वळवळत सरकायचा प्रयत्न तो करू लागला. आपल्या पुढच्या पायांनी सर्व शरीर पुढे खेचत तो फारतर काही इंचच पुढे सरकला असेल, तोपर्यंतच त्याची ताकद संपली. मोठ्यामोठ्यानं धापा टाकत त्यांच्याकडे येण्याचा प्रयत्न करणाऱ्या त्याच्या मित्रांनी त्याला पाहिला तो शेवटचाच. नदीकिनाऱ्यावरच्या झाडीच्या पार पलीकडे जाईपर्यंत त्याच्या मित्रांच्या कानांवर त्याचा विव्हळ आक्रोश पडतच राहिला.

झाडीपलीकडे गेल्यावर मात्र तांडा थांबवण्यात आला. तो भिन्नवंशी

स्कॉच गाडीवान त्यांनी नुकत्याच सोडलेल्या तळावर पुन्हा गेला. सगळीच माणसं बोलायची थांबली. इतक्यात तळावर गोळी उडाल्याचा मोठा आवाज झाला. पाठोपाठ गेलेला गाडीवान झपाट्यानं परतला. चाबूक कडाडले. कुत्र्यांच्या गळ्यांमधल्या घंटा परत किणकिणल्या आणि थांबलेल्या गाड्या पुन्हा त्या बर्फाळ वाटेवरून पुढे सरकायला लागल्या. पण त्या झाडीपलीकडे नेमकं काय झालं, हे बकसकट सगळ्याच कुत्र्यांना अगदी नीट कळलं होतं.

५

खडतर वाटचाल

डॉसन सोडल्यापासून तीस दिवसांनी बक आणि त्याचे जोडीदार टपालांचा भार घेऊन स्कॅगवेला दाखल झाले. अतिशय शिणले होते सगळे! प्रचंड दमणुकीनं फार दयनीय अवस्था होऊन गेली होती सर्वांची! बकचं वजन १४० पौंडांवरून ११५ पौंडांपर्यंत घसरलं होतं. त्याचे जोडीदार त्याच्यापेक्षा वजनानं कमी असले, तरी तुलनेनं तर त्यांचं वजन जास्तच कमी झालं होतं. नेहमीच पाय दुखावल्याचं नाटक करणारा आणि जन्मतःच ढोंगी असणारा कामचुकार पाईक आता खरोखरीच लंगडायला लागला होता. सोलेकदेखील लंगडत होता, तर डबचा खांदा लचकला होता.

सगळ्यांचेच पाय अतिशय हुळहुळे झाले होते. अंगातला सगळा कणखरपणा लयाला गेला होता. जडपणानं पडणाऱ्या प्रत्येक पावलागणिक त्यांना दुप्पट ताकद पणाला लावायला लागत होती आणि शरीर पावलापावलाला थरथर कापत होतं. सगळे पराकोटीचे थकून गेले होते. हा थकवा थोड्या काळात भरपूर कामानं आलेला असल्यामुळे तो काही तासांच्या विश्रांतीनं दूर होणारा नव्हता. गेल्या काही महिन्यांच्या सततच्या कष्टप्रद वाटचालीनं त्यांची शक्ती मंदगतीनं खालावत गेली होती. त्यामुळे आलेला हा पराकोटीचा थकवा होता. त्यांच्यात ना आता उभारी राहिली होती, ना काही राखीव ऊर्जा. प्रत्येक स्नायूमधला प्रत्येक तंतू आणि प्रत्येक पेशी थकून गेली होती. त्याला कारणही तसंच होतं. सतत चाललेल्या पाच महिन्यांच्या वाटचालीमध्ये त्यांनी तब्बल २५०० मैल अंतर तुडवलं होतं. शेवटच्या १८०० मैलांच्या वाटचालीत फक्त पाचच दिवसांची काय ती विश्रांती त्यांना कशीबशी मिळाली होती. जेव्हा ते

स्कॅगवेला येऊन पोहोचले, तेव्हा त्यांच्या पायांवर ते फक्त कसेबसे उभे राहत पट्ट्यांना जुंपून भार ओढत होते. उतारावर पाठीमागून वेगानं घसरणाऱ्या गाडीपासून त्यांना मोठ्या कष्टानं स्वतःला दूर ठेवावं लागत होतं.

''थकल्या दोस्तांनो, उचला रे पाय!'' स्कॅगवेच्या मुख्य रस्त्यावर लडखडत्या पावलांनी चालताना तो गाडीवान त्यांना चुचकारत होता, खुलवत होता, ''चला, येईलच आपला मुक्काम आता. आता पोहोचलो की आरामच करायचाय आपल्याला! काय, मस्त आराम करायचा!'' खरं तर सगळ्या गाडीवानांनादेखील निवांत आरामाची नितांत गरज होती. आळीपाळीनं काम आणि आराम या हिशोबानं त्यांनीही १२०० मैलांचं अंतर केवळ दोनच दिवसांची विश्रांती घेत पार केलं होतं. पण क्लॉन्डाइकमध्ये मोठ्या झुंडीनं गेलेल्या लोकांच्या नातेवाइकांच्या, बायकामुलांच्या आणि प्रियजनांच्या टपालांचा डोंगराएवढा ढीग साठला होता. शिवाय सरकारी हुकूम होताच. त्यामुळे करतात काय बिचारे? टपाल घेऊन परत क्लॉन्डाइक गाठण्यावाचून त्यांनाही गत्यंतरच नव्हतं. निकामी झालेल्या कुत्र्यांची जागा भरून काढण्यासाठी हडसन बेवरून नव्या दमाच्या कुत्र्यांची आवक एकीकडे होत होतीच. निकामी कुत्र्यांना बाजूला केलं जात होतं आणि कुत्र्यांपेक्षा डॉलर वरचढ असल्यानं त्यांना सरळसरळ विकून टाकलं जात होतं.

तीन दिवस गेले. आपण खरोखरच किती दमलेलो आहोत, किती अशक्त झालो आहोत, याची जाणीव या तीन दिवसांमध्ये बकला आणि त्याच्या सहकाऱ्यांना झाली. चौथ्या दिवशी सकाळी दोन अमेरिकन माणसं आली. त्यांनी सगळ्या कुत्र्यांना त्यांच्या हार्नेससकट एकदम स्वस्तात विकत घेतलं. दोघं एकमेकांना 'चार्ल्स' आणि 'हाल' अशा नावांनी हाका मारत होते. त्यातला चार्ल्स हा गव्हाळ वर्णाचा, मध्यमवयीन, पाणावलेल्या निस्तेज डोळ्यांचा आणि लोंबणारे ओठ झाकणाऱ्या अक्कडबाज मिशांवाला गृहस्थ होता. तर हाल हा विशीचा तरुण होता. त्याच्या कमरेला भलं मोठं कोल्ट रिवॉल्व्हर, शिकारीसाठीचा चाकू आणि काडतुसं लटकवलेला रुंद पट्टा होता. त्याच्याकडे पाहिल्यापाहिल्या डोळ्यांत प्रथम भरायचा तो त्याचा हा पट्टाच! पण हा तरुण किती पोरकट आहे, हे तो पट्टाच सांगत होता; आणि नुसता पोरकटच नाही तर चांगलाच हिरवटसुद्धा! या उत्तर प्रांतात येण्याचा त्यांचा हेतू नेमका आहे तरी काय हे समजण्यापलीकडचं होतं. या ठिकाणी ते दोघंही अगदीच

विसंगत वाटत होते.

चाललेली घासाघीस बकनं ऐकली, त्यांनी त्या सरकारी माणसाला–
भिन्नवंशी स्कॉचला– पैसे दिल्याचंही पाहिलं. याआधी त्याच्या आयुष्यातून
निघून गेलेल्या पेरॉल्टच्या आणि फ्रान्सिसच्या पाठोपाठ हे सगळे गाडीवान
आणि हा मिश्रवंशी स्कॉचदेखील निघून जात असल्याचं बकनं ताडलं. आपल्या
नवीन मालकांच्या तळावर आपल्या सहकाऱ्यांसकट बक दाखल झाला, आणि
त्याच क्षणी तिथला घाणेरडा कारभार त्याच्या नजरेला पडला. सैल पडलेला
तंबू, खरकट्या ताटल्या आणि सगळा अस्ताव्यस्त पसारा हे त्यांच्या गचाळ
आणि गलथान कारभाराचं प्रतिबिंबच होतं! तिथे एक बाईही होती, तिला हे दोन
बाप्ये 'मर्सिडीज' म्हणून हाक मारत. ही मर्सिडीज त्या चार्ल्सची बायको होती
आणि हालची बहीण! थोडक्यात, मोठंच नमुनेदार कुटुंब होतं.

तंबू वगैरे गुंडाळून घसरगाडीमध्ये लादायला त्यांनी सुरुवात केली आणि
बकला तर धडकीच भरली. पार आटापिटा करत ते आबदत होते. त्यांच्या
कामात काडीचाही सराईतपणा नव्हता. तंबू गुंडाळताना त्यांनी नेहमीच्या तिप्पट
मोठी गुंडाळी केली. खरकटी भांडी आणि ताटल्या न धुता तशाच बोचक्यात
भरल्या. शिवाय त्या दोघांना अव्याहत सूचना करत, त्यांच्या कामावर शेरेबाजी
करत, त्या मर्सिडीजचं मध्येमध्ये लुडबुडणं कायम चालूच होतं. कपड्यांचं मोठं
बोचकं त्यांनी गाडीवर पुढे ठेवलं, त्याबरोबर 'ते पाठीमागे ठेवा' अशी सूचना
तिनं केली. गाठोडं पाठीमागे ठेवलं. त्याच्यावर त्यांनी अजून दोन गाठोडी
रचली. मग त्यानंतर आत भरायच्या राहून गेलेल्या अजून दोन गोष्टी मर्सिडीजच्या
लक्षात आल्या आणि रचलेल्या बोचक्यांमधल्या सर्वांत खालच्या गाठोड्यात
त्या आत्ताच्या आत्ताच ठेवणं तिला योग्य वाटत असल्यानं परत हालवाहालवी
करून ते गाठोडं खाली घेण्यात आलं.

शेजारच्याच तंबूतले तिघं जण एकमेकांना डोळे मिचकावून हसतहसत
त्यांची मजा बघत होते.

''राव! तुमच्या सामानाला बाकी तोड नाही हां!'' न राहवून त्यांच्यातला
एक जण म्हणालाच, ''आता मी तुम्हांला काय सांगणार म्हणा, पण तुमच्या
जागी मी असतो ना, तर ते तंबूचं लटांबर बरोबर अजिबात नसतं घेतलं!''

''भलतंच काय!'' उद्वेगानं आणि नखऱ्यानं आपले हात हवेत उडवत
मर्सिडीज चित्कारली, ''अहो, तंबू नसला, तर माझं कसं होईल?''

''वसंत ऋतू आलाय आता बाई, आता गारठा नसणारय एवढा.'' तो माणूस म्हणाला.

पण ती बाई काही तिच्या निश्चयापासून हालली नाही. उत्तर म्हणून तिनं निःसंदिग्धपणानं मान हालवली. तिकडे हालनं आणि चार्ल्सनं उरलंसुरलं सटरफटर सामान गाडीतल्या डोंगराएवढ्या ढिगावर इथेतिथे रचून टाकलं.

''जाणार काय सगळं सामान नीट?'' दुसऱ्या एकानं विचारलं.

''काय झालं न जायला?'' त्याला मध्येच थांबवत चिडून चार्ल्स म्हणाला.

''अहो, मग ठीकाय ठीकाय,'' पडतं घेत तो माणूस लगबगीनं म्हणाला, ''आता एवढा बोजा! मला वाटलं, आता एवढा मोठा बोजा कसा जाणार?''

त्या माणसाकडे सरळ पाठ करत चार्ल्सनं सामान दोरीनं आवळायला घेतलं. त्याच्या त्या आवळण्यातही कोणतीही शिस्त नव्हती, सगळा आनंद होता.

''एवढं वजन ओढत, दिवसभर तुमची कुत्री चालणार म्हणा की.'' दुसऱ्या एकानं पुस्ती जोडली.

''नक्की!'' गोठल्या सभ्यतेनं हाल उद्गारला आणि एका हातानं गाडीच्या 'जी' पोलचा ताबा घेऊन दुसऱ्या हातातला चाबूक फडकावत त्यानं कुत्र्यांना चालण्याचा इशारा केला, ''मूश, चलो निकलो! मूश!!''

छातीचे बंद ताणत कुत्री पुढे उसळी. पुढे जाण्यासाठी त्यांनी जोरात नेट लावला आणि मग सगळीच ढिली पडली. त्यांच्याच्यानं गाडी हालवतच नव्हती.

''साले आळशी, थांबा दाखवतो तुम्हांला!'' त्यांच्यावर चाबूक ओढण्यासाठी हाल सरसावला.

पण त्याच वेळी मोठ्यामोठ्यानं किंचाळत मर्सिडीज मध्ये पडली, ''नको रे हाल. अरे, असं नाही करू रे,'' तिनं त्याच्या हातातला चाबूक हिसकावून घेतला, ''बिच्चारे गं! हाल, माझी शप्पथ आहे तुला असं वागशील तर! मला तू आधी वचन दे की, अख्ख्या सफरीत कुत्र्यांशी तू असा कठोरपणानं वाईट वागणार नाहीस. तसा वागलास नं तर एक पाऊलदेखील मी पुढे टाकणार नाही. सांगून ठेवते!''

''लई म्हाईतीय तुला कुत्र्यांची,'' तिचा बंधू तुसडेपणानं म्हणाला, ''आणि हे बघ, माझ्या मध्येमध्ये नको येऊ, सांगून ठेवतोय. आळशी झालेत

साले, चाबकाशिवाय हालणारच नाहीत, तीच भाषा त्यांना कळते. विचार कुणालापण, हे बघ, विचार यांना.''

त्यासरशी अतिशय काकुळतीला आल्याच्या आविर्भावात मर्सिडीजनं त्या लोकांकडे पाहिलं. तिच्या देखण्या चेहेऱ्यावर तिरस्कार आणि वेदना अगदी स्पष्ट दिसत होती.

''अहो, त्या कुत्र्यांच्या अंगात जीव तरी आहे का?'' न राहवून बघ्यांमधला एक जण उद्गारला, ''पार दैना झालीय त्यांची. त्यांना खरंतर आरामाची गरज आहे.''

''आराम गेला तेल लावत.'' अद्याप नीट दाढीही न फुटलेला हाल तिरसटून म्हणाला. त्यासरशी अतीव वेदना झाल्यासारखा उसासा मर्सिडीजच्या मुखातून उमटला.

पण त्या बाईला आपल्या भावाचा भलताच पुळका होता. आपल्या भावाच्या मदतीला लागलीच धावून जात ती म्हणाली, ''काही नको लक्ष देऊ त्यांच्याकडे, आमची कुत्री आम्ही कशीही हाकू. बरं का हाल, तुला वाटतंय ते तू खुशाल कर बरं.''

परत एकदा हालचा चाबूक कुत्र्यांवर कडाडला. छातीचे पट्टे ताणत, पाय बर्फामध्ये रोवत सगळ्या कुत्र्यांनी आपली सगळी ताकद एकवटून नेट लावला. पण गाडी तसूभरदेखील हालली नाही. जणू काही ती त्या जागेवर ठोकून घट्ट बसवली होती. अजून दोन वेळा त्यांनी प्रयत्न केला, पण गाडी हालवणं काही त्यांना शक्य झालं नाही. कडाडणाऱ्या चाबकाचे फटके सोसत आणि असहायपणानं धापा टाकत सगळीच कुत्री जागेवर उभी राहिली आणि परत एकदा मर्सिडीज मध्ये पडली. आपल्या गुडघ्यांवर बसून तिनं बकला मोठ्या आवेगानं कवेत घेतलं. तिच्या डोळ्यांत पाणीही साचलं होतं.

''बिच्चारेऽ मुके जीव गं!'' अगदी कळवळ्यानं ती उद्गारली, ''का रे बाबांनो, तुम्ही जोर लावत नाही? लावा ना जोर, मग कशाला कोण मारेल तुम्हांला चाबकानं?'' बकला तर तिची तिडीक येत होती. पण तिला कोणताही विरोध करण्याचं त्याच्या मनात येईना, इतका त्याला सगळ्याचाच वैताग आला होता. हापण आपल्या कामाचाच भाग आहे असं समजत, सगळंच सोसायचं त्यानं ठरवलं.

शेवटी बघ्यांपैकी एक जण ओठांवरच्या शिव्या गिळून दातओठ खात

म्हणाला, ''तुमच्याशी काहीही घेणंदेणं नाहीये मला, पण या कुत्र्यांसाठी जीव तुटतोय म्हणून सांगावंसं वाटतं. अरे, गाडीच्या घसरदांड्या बर्फात गोठून घट्ट बसल्यायत. जरा त्या 'जी' पोलला डावीउजवीकडे ताकदीनं हिसके मारा आणि दांड्यांवरचा बर्फ फोडून टाका, म्हणजे होईल गाडी मोकळी!''

गाडी हालवण्याच्या खटपटीला मंडळी तिसऱ्यांदा लागली. आता मात्र मिळालेल्या सल्ल्यानुसार त्यांनी घसरदांड्यांभोवतीचा बर्फ फोडून दांड्या मोकळ्या केल्या. अवाच्यासवा ठासून सामान भरलेली ती बोजड गाडी आता कुठे पुढे सरकली. चाबकाच्या फटक्यांचा पाऊस झेलत बक आणि त्याचे सहकारी एकेक पाऊल कष्टानं उचलत निघाले होते. पुढे शंभर यार्डांवरच एका तीव्र वळणावरून खाली उतरून त्यांची वाट मुख्य रस्त्याला जाऊन मिळत होती. त्या रस्त्यानं ती ठासून भरलेली गाडी न कलता पुढे नेण्यासाठी खरं तर एखाद्या अनुभवी माणसाचीच आवश्यकता होती आणि त्या हालकडे तर अनुभवाची बोंब होती. त्यामुळे वळणावर वेगानं उतरत असताना भरलेल्या बोज्यामुळे जास्त जास्त कलत जात ती घसरगाडी जागेवर कलंडली आणि बांधलेल्या सैल दोरातून वाट काढत गाडीमधलं सामान रस्ताभर विखुरलं गेलं. कुत्री आता थांबायचं नाव न घेता उधळल्यासारखी निघाली. हलकी झालेली गाडी त्या उतारावर त्यांच्यामागोमाग भरधाव निघाली. मिळालेल्या क्षुद्र वागणुकीनं आणि लादलेल्या फाजील बोज्यानं कुत्र्यांची माथी आधीच गरम झाली होती. बक तर नुसता धुमसत होता. तो वेगात निघाला आणि त्याच्यापाठोपाठ त्याचे सहकारीही वेगात निघाले. 'हौऽ हौऽऽ' असं ओरडत कुत्र्यांचा वेग कमी करण्याचा आटोकाट प्रयत्न हाल करत होता. कुत्री मात्र ऐकून न ऐकल्यासारखं करत होती. कुत्र्यांना थांबवण्याच्या प्रयत्नांत पाय अडखळून जमीनदोस्त झालेल्या हालला पार रगडून टाकत गाडी धडाडत निघाली आणि त्या गाडीला उतारावरून भरधाव वेगानं ओढत कुत्र्यांनी मुख्य रस्ता गाठला. गाडीतल्या उरल्यासुरल्या सामानाला सगळ्या रस्ताभर मोठ्या आनंदात उधळून लावत त्या मुख्य रस्त्यावरून सगळे सुसाट वेगानं पुढे निघाले.

मात्र काही कनवाळू लोकांनी कुत्र्यांना आवरलं आणि इतस्ततः पडलेलं सगळं सामानही आवरून दिलं. शिवाय समजुतीच्या चार गोष्टीही सांगितल्या. ते म्हणाले, ''डॉसन गाठायचं असलं, तर आधी तुमचं ओझं निम्मं करा आणि कुत्री दुप्पट करा.'' हाल, त्याची बहीण आणि त्याचा मेव्हणा यांना मनात

नसतानासुद्धा तो उपदेश ऐकून घेण्याशिवाय गत्यंतरच नव्हतं. लादलेल्या सामानामधले तंबू आणि अन्नाचे डबे असल्या गोष्टी जेव्हा लोकांच्या नजरेला पडल्या, तेव्हा सगळे पोट धरून हसले. या सफरीवर जाताना डबाबंद अन्न बरोबर नेणं हे स्वप्नातच ठीक होतं.

"आणि एवढी ब्लँकेटं काय हॉटेलसाठी चालवलीत का काय?" एक जण मोठ्यामोठ्यानं दात काढत म्हणाला, "अहो, याच्या अर्धीसुद्धा खूप झाली, काढून टाका ती! आणि तो तंबू हो कशाला? द्या फेकून! आणि एवढ्या ताटल्या तुम्ही चालवल्यात, त्या घासणार कोण हो? अरे देवा! अहो, तुम्हांला काय वाटतंय, हा काय पुलमन एक्सप्रेसवाला आरामाचा प्रवास आहे का काय?"

आता अनावश्यक भार कमी करणं अटळ झाल्यानं तसं केलं गेलं. मर्सिडीजच्या कपड्यांचं गाठोडं आणि तिनं हौसेनं सोबत घेतलेल्या एकेक वस्तू जशा बाजूला पडायला लागल्या, तसं तिला रडूच कोसळलं. काढून टाकल्या गेलेल्या प्रत्येक वस्तूसाठी एकेकदा आणि नंतर सगळ्या वस्तूंसाठी एकत्रित गोळाबेरीज म्हणून एकदा असा तिचा रडायचा कार्यक्रम झाला. पार पुढेमागे झुलत, हात गुडघ्यांवर आपटत बाईसाहेब रडल्या. आता असले बारा चार्ल्स जरी आले असते, तरी ती एक पाऊलसुद्धा पुढे टाकणार नव्हती. आपल्या फुटक्या नशिबाचं गाऱ्हाणं तिनं जमलेल्या लोकांसमोर मांडलं. शेवटी आपले डोळे पुसत काढून टाकलेल्या सामानातून आणि कपड्यांमधून तिला फारफार आवश्यक असलेल्या गोष्टी आणि कपडे निवडायला तिनं सुरुवात केली. तिचं ते करून झालं आणि मग तिरीमिरीनं उठून ती त्या दोघांच्या सामानांवर तुटून पडली.

जे झालं त्याची परिणती जरी सामान निम्म्यावर येण्यात झाली असली, तरी हा बोजादेखील काही थोडा नव्हता. हाल आणि चार्ल्स त्याच संध्याकाळी परत बाहेर पडले आणि अजून सहा कुत्री घेऊन आले. पहिली सहा कुत्री, दुसऱ्या सफरीमध्ये रिंक रॅपिड्स इथे त्यांच्यात मिळालेली टीक आणि कुना ही हस्की कुत्री आणि आता नवीन आलेली सहा मिळून चौदा कुत्री झाली होती. पण नव्यानं आलेली ही सहा कुत्री काहीही कामाची नव्हती. त्यांच्यातली तीन आखूड केसांची पॉइन्टर्स होती, एक न्यूफाउंडलंड होता आणि उरलेली दोघं कोणत्यातरी अगम्य वाणाची मॉंग्रेल होती. या नवागतांना कामाची कसलीही माहिती नव्हती. बकला आणि त्याच्या सहकाऱ्यांना तर त्यांची तिडीकच

आली. तरीही बकनं त्यांना त्यांच्या जागा नेमून दिल्या आणि कोणत्या गोष्टी टाळायच्या हे झटपट शिकवलं, पण कोणत्या गोष्टी करायच्या असतात हे त्यांना शिकवणं बकच्या ताकदीबाहेरचं होतं. कारण स्वतःला जुंपून घेणं हेच मुळात त्यांना मान्य नव्हतं. अपवाद फक्त त्या दोन मॉंग्रेल कुत्र्यांचा. नव्या वातावरणानं आणि मिळत असलेल्या क्षुद्र वागणुकीनं दोघं इतकी भांबावली होती की, त्यांची कशालाच हरकत नव्हती. कणखरपणा किंवा नकारासाठीचा ताठा त्यांच्यात नावालाही राहिला नव्हता. बिचारी एवढी मऊ पडली होती की, त्यांची हाडं वगळता मोडण्यासारखं त्यांच्यात काहीच राहिलं नव्हतं.

ही नवीन आलेली कुचकामी सहा कुत्री आणि २५०० मैलांच्या तंगडतोडीनं गलितगात्र झालेली जुनी कुत्री जुंपलेल्या गाडीचं हे प्रकरण थोर वाटत होतं. त्या दोन्ही बाप्यांनाही आता भलताच उत्साह आला होता, आणि चौदा कुत्र्यांची गाडी म्हणून त्यांना विलक्षण ऐट वाटत होती. डॉसनकडे जाणाऱ्या आणि डॉसनहून येणाऱ्या एवढ्या गाड्या त्यांनी पाहिल्या होत्या. त्यातली एकही गाडी चौदा कुत्र्यांची नव्हती. खरं तर चौदा कुत्र्यांना एकाच गाडीला जुंपलं जाऊ नये, यासाठी त्या ध्रुवीय प्रदेशातल्या प्रवासाचे काही ठरलेले आडाखे होते. त्यातला एक म्हणजे चौदा कुत्र्यांचं खाणंच मुळात एका गाडीवरून नेणं अशक्य होतं. पण चार्ल्स आणि हाल यांना हे ठाऊक असण्याची सूतराम शक्यता नव्हती. अगदी पेन्सिल घेऊन कागदावर त्यांनी सगळी आखणी केली. एका कुत्र्याला एका दिवसाला इतकं खाणं, आणि एवढी कुत्री आणि इतके दिवस असं सगळं त्रैराशिक मांडत, सर्व तपशिलानं त्यांनी तयारी केली होती. किती सोपं होतं सगळंच. त्यांच्या चाललेल्या आखणीकडे त्यांच्या खांद्यांवरून पाहणाऱ्या मर्सिडीजलादेखील हे छान पटलं होतं.

आपल्या सहकाऱ्यांच्या भल्या मोठ्या रांगेचं नेतृत्व करत बक दुसऱ्या दिवशी सकाळी उशिरानं रस्त्याला लागला.

बकच्या काय किंवा त्याच्या सहकाऱ्यांच्या काय, चालण्यात कसला जीव उरला नव्हता की जोश नव्हता. त्यांची सुरुवातच मरगळलेली झाली होती. समुद्रकिनारा ते डॉसन हे अंतर त्यांनी चार वेळा नुकतंच पार केलं होतं आणि अजून एकदा परत तेच करायचंय या विचारानं तर बकचं मन भलतंच कडवट होऊन गेलं होतं. त्याचं मनच लागतच नव्हतं त्यांच्या वाटचालीमध्ये! त्याचंही आणि त्याच्या जोडीदारांचंही! त्यांना या नव्या मालक लोकांचा कसलाच

भरवसा वाटत नव्हता. वरून तरी सगळेच बुजून आणि घाबरून गेले होते.

या दोन बाप्यांवर आणि या बाईवर अवलंबून राहणं काही खरं नाही याची अस्पष्टशी जाणीव बकला झाली होतीच; आणि जसे दिवस सरकू लागले, तसं बकला हे नीट कळून चुकलं की, यांना काहीही करायची अक्कल नाही आणि काही शिकायचं डोकंही नाही. त्यांच्यात कसलीच शिस्तही नव्हती की कसली सुसूत्रता नव्हती. सगळाच सावळा गोंधळ होता. तळावर निवळ गबाळ्यासारखे तंबू लावण्यातच त्यांची अर्धी रात्र सरायची आणि पुन्हा सकाळी सामानसुमान गाडीवर लादून निघताना अर्धी सकाळ निघून जायची. त्यांचं गाडीवर सामान बांधणंही एवढं गचाळ होतं की, वाटेमध्ये सारखं थांबत त्यांना ते पुन्हापुन्हा बांधायला लागायचं. कधीकधी दहा मैलदेखील त्यांची वाटचाल व्हायची नाही आणि इतर वेळी त्यांची वाटचाल सुरूच व्हायची नाही. ज्या तुलनेनं कुत्र्यांचा शिधा संपत होता, त्याच्या निम्म्यानंही त्यांची वाटचाल झाली नव्हती.

त्यामुळे आता लवकरच कुत्र्यांच्या शिध्याचा तुटवडा जाणवणार हे अटळ होतं. कुत्र्यांच्या खाण्यामध्ये जरा कपात करण्याऐवजी ही मंडळी त्यांना वारेमाप चारून तो दिवस उलट आणखी जवळ आणत होती. मुळात या बाहेरून आलेल्या खादाड कुत्र्यांच्या पोटाला दुष्काळातल्या मोजून खाण्याची सवयच नव्हती. आणि गाडी ओढण्यातलं हरपत चाललेलं त्यांचं त्राण बघून, बहुतेक कुत्र्यांना खाणंच कमी पडत असावं असा निष्कर्ष हालनं काढला. त्यानं त्यांचं खाणं दुप्पट केलं. त्यावर कळस म्हणजे डोळ्यांत पाणी आणि गळ्यात आवंढा आणत त्या मर्सिडीजनं केलेल्या 'कुत्र्यांना अजून खायला द्यावं.' या विनंतीला हालनं जेव्हा नकार दिला, तेव्हा माशांच्या गोणीतून हालच्या नकळत मासे ढापून ती स्वतःच कुत्र्यांना गुपचूप चारायला लागली. खरं तर बकला आणि त्याच्या सहकाऱ्यांना जादा अन्नाची गरजच नव्हती; तर त्यांना विश्रांतीची गरज होती. कारण हे अवाढव्य सामान घेऊन निघालेल्या त्यांच्या वाटचालीमध्ये त्यांची शक्ती झपाट्यानं हरपत चालली होती.

आता तर अर्धपोटी राहण्याचे दिवस सुरू झाले. एक दिवशी उठल्यावर हालला साक्षात्कार झाला की, कुत्र्यांचा अर्धा शिधा संपलाय; पण अंतर मात्र पावच कापलं गेलंय आणि आता गोडीगुलाबीनं नाहीतर पैसे मोजूनसुद्धा पुढे कुठेही कुत्र्यांचा शिधा उपलब्ध होणं शक्य नाही. तेव्हा त्यानं कुत्र्यांचं खाणं

कमी करून रोजचा पल्ला वाढवायचा निर्णय घेतला. त्याच्या मेव्हण्यानं आणि बहिणीनंही त्याच्या या निर्णयाला पाठिंबा दिला. त्यांच्या सामानाच्या भल्या मोठ्या ढिगानं आणि त्यांच्या नालायकीनं कुत्री आधीच जेरीला आली होती. कुत्र्यांना कमी खाणं देणं सोपं होतं, पण वेग वाढवून प्रवास करायला लावणं मात्र अशक्य होतं. एक तर सकाळी लवकर आवरून निघण्याची या लोकांमध्ये कुवत नव्हती, त्यामुळे दिवसातल्या वाटचालीचे तासही त्यांना वाढवता येत नव्हते. दुसरं म्हणजे कुत्र्यांकडूनच काय, पण स्वतःकडूनदेखील कसं काम करून घ्यावं याचीही अक्कल त्यांना नव्हती.

पहिल्यांदा मान टाकली ती डबनं. बिचारा भुरटा होता, पण अतिशय गोंधळ्या! कायम तो पकडला जायचा आणि मग त्याला शिक्षा व्हायची. इलाज न केल्यानं आणि विश्रांतीच्या अभावानं त्याच्या खांद्यांचं दुखणं वाढतच गेलं. इतकं की, एक दिवशी हालनं आपल्या कोल्ट रिवॉल्वरमधून त्याला गोळी घातली. असं म्हणतात की, एखाद्या ध्रुवीय कुत्र्याइतकंच खाणं जर एखाद्या बाहेरच्या कुत्र्याला दिलं, तर तो भुकेनं मरेल. आता बकच्या नेतृत्वाखाली तसली बाहेरची सहा कुत्री होती आणि त्यांना तर ध्रुवीय कुत्र्यांच्या निम्म्यानंही खाणं दिलं जात नव्हतं. त्यामुळे तो न्यूफाउंडलंड कुत्रा नंतर कोसळला. त्याच्यापाठोपाठ ती तिन्ही पॉइन्टर्स कुत्री एकेक करून कोसळली. त्या दोन मॉंग्रेल कुत्र्यांनी त्यातूनही जगण्याचा आटोकाट प्रयत्न केला, पण शेवटी तीही कोसळली.

दक्षिणेकडून आलेल्या या तीन माणसांमधली कोमलता आणि त्यांच्यामधलं सौजन्य या गोष्टी आत्तापर्यंत पार पुसल्या गेल्या होत्या. ध्रुवीय प्रदेशाबद्दल त्यांना वाटणारं आकर्षण संपुष्टात आल्यानं तो प्रदेश आता त्यांना बिलकूल रम्य वाटत नव्हता. उलट तिथलं ते अतिथंड वैराण वास्तव त्यांच्यातल्या पौरुषत्वाला आणि स्त्रीत्वाला पेलेनासं झालं होतं. मर्सिडीजचं कुत्र्यांसाठी डोळ्यांतून टिपं गाळणं कधीच थांबलं होतं. तिला मुळात तिच्या नवऱ्याशी आणि भावाशी भांडायला आणि आपल्या फुटक्या नशिबाच्या नावानं रडायला वेळच पुरत नव्हता. 'भांडण करणं' या एकमेव कामात बाकी हे तिघं कधीच थकत नव्हते. वाढत्या अरिष्टांनी त्यांच्या चिडचिडीत वाढ होत चालली होती. मग त्यामुळे तिघंही एकमेकांशी जोरदार भांडायचे आणि त्यांच्या अरिष्टात अधिक भर टाकायचे, ते अरिष्ट दुप्पट करून टाकायचे. कुठे ते कष्टप्रद वाटचालीतसुद्धा आपला धीरोदात्तपणा न

सोडणारे, एकमेकांशी प्रेमानं व्यवहार करणारे, सौम्यपणानं बोलणारे लोक आणि कुठे ही मंडळी! सबुरीच्या नावानं यांची सगळी बोंब होती. त्यांना सगळ्याचाच त्रास वाटायचा. त्यांचे स्नायू दुखायचे, हाडं दुखायची, आणि त्यांची मनंही दुखायची. म्हणूनच की काय, त्यांच्या जिभेलाही धार आली होती. त्यांच्या ओठांतून सकाळी उठताना निघणारा पहिला आणि रात्री झोपताना शेवटचा शब्द हा फक्त 'शिवी'च असायचा.

मर्सिडीजनं संधी देण्याचा अवकाश ... या दोघांमध्ये भांडण जुंपायचं. आपल्या वाट्याच्या कामापेक्षा कितीतरी जास्त काम आपण करतो असं या दोघांनाही मनोमन वाटायचं आणि हे एकमेकांना ऐकवण्याची संधीच जणू दोघंही शोधत असायचे. मर्सिडीज मग कधी भावाची बाजू घ्यायची आणि कधी नवऱ्याची! त्याची परिणती मग एका झकास कौटुंबिक भांडणात व्हायची. निमित्त असायचं अगदी क्षुल्लक. अगदी जाळ करायला काटक्या कुणी तोडायच्या यासारखं, जे खरं तर चार्ल्स किंवा हाल यांच्याशीच संबंधित असायचं. पण पुढे उग्र रूप धारण केलेल्या त्यांच्यातल्या तंट्यामध्ये त्यांचा सगळाच्या सगळा परिवार ओढून आणला जाई. त्यांचे आई, बाप, काका, पुतणे, मामे, भाचे अशा त्यांच्यापासून हजारो मैल अंतरावर असलेल्या मंडळींचाही उद्धार व्हायचा. आता हालचा 'कलेविषयी दृष्टीकोन' किंवा त्याच्या मामानं लिहिलेली 'कौटुंबिक नाटकं' यांचा शेकोटीसाठी काटक्या तोडण्यात काहीतरी संबंध होता का? पण तेही त्यात यायचं! लागलीच चार्ल्सच्या राजकीय मतांना आणि त्याच्या बहिणीच्या उठवळ जिभेलाही वादात ओढलं जायचं. मग मर्सिडीजलासुद्धा तिच्या नवऱ्याच्या परिवाराकडची काही उणीदुणी आठवायची आणि ती सगळीच्या सगळी बाहेर काढून तीही हलकी होऊन जायची, आणि मग मात्र त्या गोठलेल्या युकॉनलाही आग लागेल अशा प्रखरतेनं ते भांडण पेटायचं. या सगळ्यामध्ये तळ अर्धवटच लागलेला असायचा, कुत्र्यांना खायला द्यायचं राहून जायचं आणि त्यात शेकोटी पेटवणंसुद्धा तसंच राहून जायचं.

मर्सिडीजची स्वतःची या दोघांविरुद्ध एक खास तक्रार होतीच. ती म्हणजे या दोन्ही बाप्यांकडून तिच्या स्त्रीत्वाचा आदर ठेवला जात नव्हता. ती एवढी सुंदर आणि कोमल नारी! आजवर जगात सगळ्यांनी तिला मानानं वागवलं होतं. पण आता प्रत्यक्ष तिचा नवरा आणि भाऊच तिला तो मान देत नव्हते. स्त्री ही अबला असते, ही रीत ते मानत नव्हते! पण तिच्या या स्त्रीत्वाच्या विशेष

अधिकारानं या दोन पुरुषांना मात्र जगणं अशक्य होऊन गेलं होतं. कारण आपले पाय दुखतायत, आपण दमलोय, अशा सबबी पुढे करून कुत्र्यांच्या जिवांचा विचार न करता तिला गाडीतच बसून प्रवास करायचा असे. कबूल ... ती सुंदर होती आणि नाजूक होती. पण तरीही तिचं वजन १२० पौंड होतंच की. रिकाम्या पोटी, अशक्त झालेल्या कुत्र्यांना तिचा तेवढा भार ओढणं असह्य व्हायचं. मग एखादा कुत्रा जुंपल्या जागीच कोसळायचा आणि गाडी जागेवरच उभी राहायची. तिनं उतरून जरा पायी चालावं यासाठी हाल आणि चार्ल्स तिच्या विनवण्या करायचे, तिची याचना करायचे, आणि त्या वेळी मर्सिडीज मात्र त्यांच्या या क्रूर पुरुषी वागणुकीबद्दल डोळ्यांत पाणी वगैरे आणत देवाला साकडं घालायची.

एकदाच काय ते त्यांनी आपला पुरुषी हिसका दाखवून तिला सरळ गाडीवरून उचलून खाली ठेवलं होतं. मात्र त्यांचं तसं करायचं धाडस परत कधीही झालं नाही. कारण जसं तिला गाडीतून खाली ठेवलं, तशी ताबडतोब एखाद्या लहान पोरासारखी पाय लुळावून ती वाटेत फतकल मारून बसली. तिच्याकडे पूर्ण दुर्लक्ष करून दोघांनी त्यांची वाटचाल तशीच चालू ठेवली. पण ती बाई मात्र तिथून हालली नाही ते नाहीच. तीन मैल पुढे गेल्यावर मात्र दोघंही झक मारत थांबले, त्यांनी गाडी रिकामी केली आणि माघारी वळवून तिच्याकडे आणली. तिला उचलून गाडीत ठेवलं आणि तिला गाडीतून परत घेऊन आले.

स्वतःच्या दुर्दैवाच्या फेऱ्यामुळे मात्र ही मंडळी कुत्र्यांबाबत अगदी निष्ठुर होऊन गेली होती. 'प्रत्येकानंच कठोर झालं पाहिजे.' हा हालचा आवडता सिद्धान्त होता. त्याचा वापर त्यानं आपल्या मेहुण्याशी आणि बहिणीशी वागताना करून पाहिला. पण तिथे काही त्याची डाळ न शिजल्यानं, त्यानं हातात सोटा घेऊन कुत्र्यांवर त्या सिद्धान्ताचा वापर करायला घेतला. ते फाइव्ह फिंगर्सला आले असतील-नसतील, तोपर्यंत कुत्र्यांचा शिधा संपूनही गेला. तोंडाचं बोळकं झालेल्या तिथल्या एका म्हाताऱ्या बाईकडून हालनं आपल्या कोल्ट रिवॉल्वरच्या बदल्यात घोड्याचं काही पौंड चामडं घेतलं. आता त्याच्या कंबरपट्ट्यात शिकारीचा चाकूच काय तो राहिला. खरं तर अन्न म्हणून घोड्याचं चामडं हा भलताच क्षुद्र पर्याय होता. तिथल्या गुराख्यांनी सहा महिन्यांपूर्वी कोणत्यातरी मरतुकड्या घोड्याचं सोललेलं हे कातडं आता गोठून लोखंडी पत्र्यासारखं कडक झालं होतं. एखादा कुत्रा जेव्हा मोठ्या कष्टानं ते कातडं चावत कसाबसा पोटात ढकलायचा, तेव्हा त्याचं रूपांतर पचायला अवघड अशा कातडी तंतूंमध्ये आणि भरपूर केसांमध्ये व्हायचं.

आणि तरीही त्या कुत्र्यांचा नेता म्हणून एखाद्या दुःस्वप्नात वाटचाल करावी, तसा बक वाट चालतच राहिला. जोपर्यंत त्याच्याकडून खेचलं जायचं तोपर्यंत तो खेचत राहायचा. आणि खेचणं अशक्य झालं की तो कोसळून पडायला लागला आणि कधी चाबकाचे फटके सोसत, तर कधी सोट्याचे टोले खात परत त्याच्या पायांवर कसाबसा उभा राहायला लागला. त्याच्या ढिल्या पडलेल्या कातडीतली चमक आणि त्याचा पूर्वीचा दिमाख या गोष्टी पार लयाला गेल्या होत्या. आता त्याच्या पूर्वीच्या सुंदर कातडीवरचे केस मलूलपणानं लोंबायला लागले होते आणि जिथेजिथे हालच्या सोट्याचे फटके पडले होते, तिथल्या व्रणांमधून ठिबकून गोठलेल्या रक्तानं त्याचं अंग डागाळून गेलं होतं. त्या कातडीखालच्या स्नायूंमधला पहिला रुबाब कधीच ओसरून ते एखाद्या दोरीच्या बारक्या गाठीसारखे होऊन गेले होते. अंगावरची चरबी दिसेनाशी होऊन त्याचं हाड-न्-हाड, आणि बरगडी-न्-बरगडी उठून दिसायला लागली होती आणि त्यांना झाकणारी ती सैल कातडी शरीरातल्या पोकळ भागावर चुण्या पडत लोंबायला लागली होती. हे सगळंच दृश्य भले कितीही हृदयद्रावक वाटत असलं, तरी बक आतून मात्र अजूनही अभंगच होता. त्या लाल स्वेटरवाल्याच्या प्रसंगातही त्यानं त्याचा पीळ सिद्ध केला होताच की!

जी अवस्था बकची, तीच त्याच्या जोडीदारांचीही झाली होती. बकसकट सगळ्यांचेच हाडांचे कसेबसे चालणारे सापळेच झाले होते. दीन अवस्थेनं त्यांना पूर्ण बोथट करून टाकलं होतं. त्यामुळे चाबकाच्या वळांच्या आणि सोट्याच्या टेंगळांच्या जाणिवा, त्यांच्या दृष्टीइतक्या आणि श्रवणाइतक्याच अंधूक बनून गेल्या होत्या. ते सगळे अर्धमेलेच काय तर त्यांच्या निम्म्याच्या निम्म्यानंदेखील जिवंत नव्हते. अतिमंदपणानं तेवणाऱ्या ठिणगीसारख्या त्यांच्या जिवांना कोंडणारे त्यांचे देह आता निवळ हाडं वाहणाऱ्या आणि हालचाल करणाऱ्या मूर्तिमंत कातडी पिशव्या बनून गेले होते. आता जेव्हा त्यांना थांबवलं जायचं, तेव्हा मेल्या कुत्र्यासारखे सगळेच जुंपल्या अवस्थेतच जमिनीवर कोसळायचे. अंगात मंदपणानं तेवणारी आपल्या आयुष्याची ठिणगी विझतेय की काय, असं त्या वेळी होऊन जाई. मात्र शरीरावर कोसळणाऱ्या सोट्यांनी आणि चाबकाच्या फटक्यांनी ती ठिणगी परत एकदा फुलवली जायची आणि त्यांच्या पुढच्या लडखडत्या पावलांनी वाटचालीला सुरुवात व्हायची.

आणि एक दिवशी तो सुस्वभावी बिली चालताचालता जो कोसळला,

तो परत उठूच शकला नाही. सौद्यामध्ये हालचं रिवॉल्वर मागेच निघून गेलं होतं. त्यामुळे त्यानं आता कुऱ्हाड आणली आणि जुंपल्या स्थितीतच बिलीच्या डोक्यावर घातली. नंतर त्याचे बंद कापून त्याला फरफटत बाजूला काढून टाकलं. बकनं ते पाहिलं, त्याच्या सहकाऱ्यांनीही ते पाहिलं. आपलीही वेळ फार दूर नाही, हे त्यांच्यापैकी प्रत्येक जण ओळखून होता. दुसऱ्याच दिवशी कुनाही गेला. आता फक्त द्वेषानं धुमसणं वगैरे सगळंच विसरलेला ज्यो; सगळी बहाणेबाजी संपून गेलेला आणि अर्धवट शुद्धीमध्ये खरोखरच लंगडणारा पाईक; भार खेचण्याची ताकद संपुष्टात आली म्हणून खंत करणारा आणि तरीही आहे-नाही त्या शक्तीनं अजूनही निष्ठेनं खेचत राहणारा सोलेक; या हिवाळ्यात त्यांच्यातला सर्वांत कमी प्रवास केलेला, पण नवखा म्हणून त्यांच्यातला सर्वांत जास्त फटके खाल्लेला टीक; आणि या सगळ्यांचं अजूनही नेतृत्व करणारा स्वतः बक, असे पाचच जण काय ते उरले होते. इतरांच्या शिस्तपालनाच्या बाबतीतला आग्रहीपणा बकनं केव्हाच सोडून दिला होता. अशक्तपणामुळे जवळजवळ आंधळा होऊन तो आपल्या अधू डोळ्यांनी पुढच्यातली वाट निरखत आणि मंद पावलांनी चाचपडत ती खडतर वाट चालतच राहिला.

वसंताचं आगमन झालं होतं. पण त्या सुंदर वातावरणाची दखल ना त्या कुत्र्यांना होती, ना त्या माणसांना. आता पहाटे तीन वाजताच उजाडायचं आणि रात्री नऊ वाजले, तरी संधिप्रकाश रेंगाळत असायचा. सारा दिवस सूर्यप्रकाश कसा झगमगत असायचा. हिवाळ्यातली भयाण शांतता गेली होती. तिची जागा आता वसंतातल्या चैतन्यमय कुजबुजीनं घेतली होती. जगण्यातल्या आनंदाला घेऊन येणाऱ्या वासंतिक कुजबुजी आता त्या सर्व भूमीमधून उमटत होत्या. अनेक महिन्यांच्या दीर्घपणानं गोठलेल्या या काळात कोणतीही हालचाल न करता मृतवत पडून राहिलेल्या आणि आता जाग्या होत चाललेल्या सजीवांच्या हालचालींमधून याच कुजबुजीचे शब्द ऐकू येत होते. पाइन वृक्षांमधला जीवनरस परत वाहायला लागला होता. विलोच्या आणि आस्पेनच्या झाडांना नवे धुमारे फुटायला लागले होते. वेलींवर आणि झुडपांवर ठिकठिकाणी हिरवी पालवी उमलायला लागली होती. रातकिड्यांना परत सूर गवसला होता. पुन्हा एकदा उबदार सूर्यप्रकाशामध्ये सरपटणाऱ्या, वळवळणाऱ्या छोट्याछोट्या किड्यांच्या हालचाली सुरू झाल्या. झाडीमधून तितर पक्ष्यांचा कालवा ऐकू यायला लागला, सुतार पक्ष्यांची ठोकठोक सुरू झाली, खारींची चिरचिर आणि पक्ष्यांची किलबिल

सुरू झाली. दक्षिणेकडून येणाऱ्या पक्ष्यांच्या आभाळभराऱ्यांनी हवा परत एकदा रोमांचित व्हायला लागली. प्रत्येक डोंगरउतारावरून वाहणाऱ्या पाण्याच्या खळाळातून अदृश्य कारंज्यांचं संगीत उमटायला लागलं आणि त्या संगीताला अनेक लचकणाऱ्या, मुरडणाऱ्या आणि मोडणाऱ्या गोष्टींची साथ मिळायला लागली. बर्फानं जखडलेली युकॉनही आपले बंध झुकारून देण्यास सरसावली होती. त्या बर्फाखालून वाहणारं युकॉनचं पाणी आणि वरून कोसळणारा सूर्यप्रकाश त्या बर्फावर जणू एक प्रकारे आक्रमण करू लागले होते. त्यामुळे त्या बर्फामध्ये हवेचे छोटेछोटे बुडबुडे बनत होते आणि त्या बर्फाला तडे जातजात शेवटी तो पापुद्र्यासारखा बर्फ युकॉनच्या प्रवाहात कोसळून मिसळत होता.

आणि अशा या उमलणाऱ्या, हलकेच जागे होणाऱ्या निसर्गाच्या चेतनामय स्पंदनातून, झळाळणाऱ्या स्वच्छ सूर्यप्रकाशातून आणि मंद वाहणाऱ्या वाऱ्याच्या झुळकींमधून दोन पुरुषांची, एका बाईची आणि काही कुत्र्यांची मात्र त्यांच्या मृत्यूंकडे वाटचाल चालली होती.

कोसळून पडणारी कुत्री, कायम रडत राहणारी आणि गाडीतच बसून प्रवास करणारी मर्सिडीज, अविरत शिव्या देणारा हाल आणि पाझरत्या डोळ्यांनी खिन्नपणानं पावलं टाकणारा चार्ल्स असे सारे जण व्हाइट रिव्हरच्या मुखाशी असलेल्या जॉन थॉरटनच्या तळावर धडपडत कसेतरी एकदाचे येऊन पोहोचले. तिथे पोहोचतात-न-पोहोचतात तोच सगळ्या कुत्र्यांनी अक्षरशः मेल्यासारखं अंग टाकून दिलं. आपले डोळे पुसत मर्सिडीज जॉन थॉरटनकडे पाहायला लागली. चार्ल्सनं तिथेच पडलेल्या एका ओंडक्यावर टेकायचा प्रयत्न केला. साधं बसतानासुद्धा त्याच्या अंगातून कळा निघत होत्या, एवढा तो ताठून गेला होता. त्यामुळे बोलण्याचं काम हालनं स्वीकारलं. जॉन थॉरटन कुऱ्हाडीच्या दांड्याला छिलत त्याच्यावर शेवटचा हात फिरवत होता आणि छिलताछिलता त्यांची कहाणीही ऐकत होता. कधी नुसताच हुंकारत होता आणि अगदी गरज पडली, तरच तो तोंड उघडत होता. असल्या लोकांना तो चांगलाच ओळखून होता. आपण यांना काहीही चांगलं सांगितलं, तरी मंडळी ऐकणाऱ्यांमधली नाहीत, हे त्याला पुरतं ठाऊक होतं.

''अहो, बर्फ ढासळतोय आणि प्रवास करू नका! जोतो हेच सांगतोय आम्हांला जिथेतिथे,'' बेभरवशी बर्फावरून वाटचाल न करण्याच्या थॉरटननं केलेल्या इशाऱ्यावर टिप्पणी करत हाल म्हणाला, ''आम्ही व्हाइट रिव्हर कधीच गाठू नाही

शकणार, असं आम्हांला म्हणालं होतं कुणीकुणी. आता बोला. पण आम्ही पोचलोच की नाही इथपर्यंत?'' हालच्या शेवटच्या उद्गाराला तर विजयाचा दर्प होता.

''तुम्हांला लोकांनी योग्य तोच सल्ला दिलाय,'' जॉन थॉरटन म्हणाला, ''हे बघा, आता कोणत्याही क्षणी नदीवरचा बर्फ ढासळू शकतो. त्यामुळे त्याच्यावरून आता फक्त मूर्खांनीच प्रवास करावा. तोही त्यांच्या नशिबाच्या भरवशावर! मी तुम्हांला सांगतो, अख्ख्या अलास्कामधलं सोनं जरी मला मिळणार असलं ना, तरी मी या बर्फावरून जाणार नाही.''

''याचं कारण म्हणजे तुम्ही मूर्ख नाही आणि फार शहाणे आहात असंच ना?'' हाल उद्‌गारला, ''काय व्हायचं ते होऊ द्या, आम्ही डॉसन गाठणार म्हणजे गाठणार.'' असं म्हणत त्यानं हातातला चाबूक फडकावला आणि तो खेकसला, ''ऊठ. ए बक, ऊठ! चल, चालायला लाग. ऊठ! ऊठ!!''

थॉरटननं आपलं छिलण्याचं काम तसंच चालू ठेवलं. मूर्ख माणूस आणि त्याचा मूर्खपणा यांत काही बोलणं निरर्थक असतं, हे त्याला पक्कं ठाऊक होतंच. तसंही दोनतीन मूर्ख जास्त किंवा कमी होण्यानं या सिद्धान्तात कोणताही बदल घडण्याचा काही प्रश्नच उद्‌भवत नव्हता.

हालनं आज्ञा दिली खरी, पण कुत्री काही उठायचं नाव घेईनात. सगळीच आज्ञापालनासाठी फटके खाण्याच्याही पार पुढे गेली होती. कुत्र्यांच्या अंगावर, निर्दयपणानं इथेतिथे वाजत त्या चाबकानं योग्य तो संदेश पोहोचता करण्याचा प्रयत्न केला. ते सहन न झाल्यानं जॉन थॉरटननं आपले ओठ घट्ट आवळून धरले होते. आपल्या पायांवर कसाबसा खुरडत बिचारा सोलेक पहिल्यांदा उभा राहिला. टीकनं त्याचंच अनुकरण केलं. पाठोपाठ वेदनांनी कळवळत ज्योही उभा झाला. वेदना सहन करत उभं राहण्याचा पाईकनंही प्रयत्न केला. तो दोनदा अर्धवट उभा राहिला आणि कोसळला, आणि तिसऱ्या प्रयत्नात त्याच्या पायांवर तो कसाबसा उभा झाला. बकनं मात्र उठण्याचा कोणताही प्रयत्न केला नाही. चाबकाचे फटके परतपरत त्याच्या अंगावर कडाडले, पण तो कण्हला नाही की त्यानं कसला प्रतिकार केला नाही. काहीतरी सांगण्यासाठी म्हणून जॉन थॉरटन प्रत्येक वेळी पुढे सरसावला, पण प्रत्येक वेळी त्यानं स्वतःला आवर घातला, आणि हालचा चाबूक बकवर कडाडतच राहिला. अखेरीस नजरेसमोर चाललेलं सहन न होऊन जॉन थॉरटन अस्वस्थपणानं येरझाऱ्या मारायला लागला. त्याच्या डोळ्यांमध्ये धुकं साकळलं होतं.

बककडून आज्ञेत कसूर होत होती अशी ही पहिलीच वेळ होती. पण हालला थयथयाट करायला तेवढं निमित्त पुष्कळ होतं. आता त्यानं चाबूक टाकून दिला आणि हातामध्ये नेहमीचा सोटा घेतला. नेहमीपेक्षा जोरजोरात त्या सोट्याच्या फटक्यांचा वर्षाव झाला, पण तरीही हालचाल करण्याचं नाकारत बक तसाच पडून राहिला. त्याच्या जोडीदारांसारखा तोही खरं तर उभा राहू शकला असता. पण उठायचं नाहीच हे त्यानं ठामपणानं ठरवून टाकलं होतं. कारण जवळच येऊन ठेपलेल्या अरिष्टाची त्याला प्रखर जाणीव झाली होती. गोठलेल्या नदीपात्रावरून प्रवास चालू होतानाच त्याला त्या संकटाचा सुगावा लागला होता. त्या ठिसूळ बर्फावरून चालताना त्या संकटाची जाणीव अधिकाधिक गडद होत गेली होती आणि आता तर त्याला तीव्रतेनं जाणवत होतं की, त्या बर्फाळ वाटेवर, केवळ हातभर अंतरावर ते अरिष्ट त्यांची वाट बघतंय! आणि हा आपला मालक आपल्याला चक्क तिथेच चलण्याची सक्ती करतोय! त्यानं तिथून हालण्याचं सपशेल नाकारलं. आतापर्यंत त्यानं एवढं सोसलं होतं की, अंगावर कोसळणाऱ्या त्या फटक्यांनी त्याला वेदनाच होत नव्हत्या. जसेजसे अजून फटके पडत गेले, तशी त्याच्या शरीरातल्या चेतनेची ठिणगी मंदमंद होत मालवायला लागली. कोणत्याही क्षणी ती ठिणगी आता लुप्त होणार होती. सर्व काही बधिर झाल्यासारखं त्याला वाटत होतं. त्याला बेदम मार बसत आहे, ही अस्पष्टशी जाणीव कुठूनतरी दूरवरून होत होती. त्याच्या वेदना तर कधीच संपून गेल्या होत्या. जाणिवेच्या पलीकडले शरीरावर आदळणारे फटके मंदपणानं ऐकायला येत होते. पण आता ते शरीर तरी त्याचं कुठं राहिलं होतं! सारं काही दूरदूरचं ... त्रयस्थ होऊन गेलं होतं.

आणि अचानक कोणतीही पूर्वसूचना न देता एखाद्या श्वापदासारखी आरोळी ठोकत जॉन थॉरटननं त्या सोटा घेतलेल्या माणसावर एकाएकी झेप घेतली. अंगावर एखादं झाड कोसळून पडावं तसा थॉरटनच्या धडकेनं हाल पाठीमागे पार भिरकावला गेला. मर्सिडीज जोरात किंचाळली. चार्ल्स मात्र आपले पाणावलेले डोळे पुसत खिन्नपणानं फक्त बघतच राहिला. पार ताठरून गेल्यानं तसंही त्याला हालचाल करणं जमणारच नव्हतं. थॉरटनच्या तोंडातून अतीव संतापानं शब्दच फुटत नव्हता. बकला पाठीशी घालत तो स्वतःचा संताप आवरत उभा राहिला. ‘‘परत त्या कुत्र्याच्या अंगाला हात तर लाव, मग जिता नाय सोडत मी तुला ...!’’ भयंकर संतापानं ओढल्या गळ्यानं एवढेच शब्द तो कसेबसे उच्चारू शकला.

‘‘कुत्रा माझाय!’’ तोंडातून येणारं रक्त पुसत आणि परत पुढे होत हाल

म्हणाला, ''रस्त्यातून बाजूला होऽ नाहीतर तुलाही सरळ करावं लागेल. आम्ही डॉसनला जाणार म्हणजे जाणार आणि तेही याला घेऊनच!''

हालच्या आणि बकच्या मध्ये ठामपणानं उभ्या राहिलेल्या जॉन थॉरटननं तिथून बाजूला होण्याच्या दृष्टीनं कोणतीही हालचाल केली नाही. तेव्हा मात्र आपल्या पट्ट्यातून हालनं त्याचा तो शिकारीचा चाकू बाहेर काढला. ते बघताच अचानक उन्माद झाल्यासारखी मर्सिडीज एकाच वेळी रडायला लागली, हसायला लागली आणि किंचाळायला लागली. थॉरटननं आपल्या हातातल्या कुऱ्हाडीच्या दांड्यानं हालच्या चाकू धरलेल्या मुठीवर एक सणसणीत प्रहार केला आणि त्याला चाकू खाली टाकायला लावला. पडलेला चाकू उचलण्याचा प्रयत्न करणाऱ्या हालच्या मुठीवर थॉरटननं परत एकदा कुऱ्हाडीच्या दांडक्यानं फटका मारला आणि हालला चाकूचा नाद सोडायला लावला. थॉरटननंच पडलेला चाकू उचलला आणि त्यानं बकला जुंपलेले पट्टे अवघ्या दोनच घावांत छाटून टाकले. हालमधली सगळी खुमखुमी आता बाकी संपून गेली होती आणि त्याच्या बहिणीनंही त्याच्या अंगावर झोकून दिलं होतं.

नाहीतरी आता तसाही गाडी खेचायला बकचा काही उपयोग होणारच नव्हता. मेल्यातच जमा झाला होता तो! त्यामुळे काही मिनिटांनी बकला तिथेच सोडून देऊन त्या मंडळींची पुढची वाटचाल चालूही झाली. गाडी सरकल्याचा आवाज कानावर पडताच बकनं त्याची मान उंचावून पाहिलं. आता पाईक म्होरक्या बनून नेतृत्व करत होता. आणि सोलेकला गाडीलगत जुंपलं होतं, आणि त्या दोघांच्या मध्ये टीक आणि ज्यो यांना जुंपण्यात आलं होतं. लडखडत्या पावलांनी ते कसेबसे चालत निघाले होते. मर्सिडीज गाडीवर बसलेलीच होती. हालनं 'जी' पोल पकडला होता, आणि त्यांच्या सर्वांच्या मागून लडखडत्या पावलांनी चार्ल्स निघाला होता.

तिथेच पडल्यापडल्या बक त्यांना निरखत राहिला. त्याच्या शेजारी गुडघ्यांवर बसत थॉरटननं त्याच्या खरखरीत, पण प्रेमळ हातांनी बकला चाचपून त्याचं हाड वगैरे मोडलं नाही ना, याची तपासणी केली. काही टेंगळं सोडली, तर कोणतंही हाड वगैरे मोडलं नसल्याचं, पण बक उपासमारीनं पेकाळून गेला असल्याचं थॉरटनला जाणवलं. दरम्यान घसरगाडी त्यांच्यापासून पाव मैल पुढे गेली होती. बर्फावरून घसरत चाललेल्या त्या गाडीकडे थॉरटन आणि बक बघत राहिले.

एकाएकी चाकोरीत रुतल्यासारखी ती गाडी एक गचका देऊन अडकल्याचं त्यांनी पाहिलं. त्यासरशी गाडीचा पाठीमागचा भाग बर्फामध्ये खोल खचला. आणि 'जी' पोल पकडलेला हाल एकदम धक्का बसून हवेत उडाला. पाठोपाठ मर्सिडीजच्या किंचाळ्या बकच्या कानांवर पडल्या. उलटं फिरून पळण्याचा प्रयत्न करणाऱ्या चार्ल्सनं एक पाऊल उचललं. मात्र ज्या वाटेवरून ते एकाएकी वाटचाल करत निघाले होते, तो बर्फाचा अख्खा ढलपा कोसळला आणि गोठलेल्या नदीपात्रावर आ वासून एक उघडी दरी तयार झाली ... आणि त्या दरीनं कुत्र्यांसकट आणि माणसांसकट ती गाडी अक्षरशः क्षणार्धात गिळून टाकली.

थॉरटननं आणि बकनं एकवार एकमेकांकडे पाहिलं.

''वाचलास बेट्या.'' थॉरटन बकला प्रेमानं म्हणाला. उत्तर म्हणून बकनं थॉरटनचे हात चाटले.

६

प्रेमानं
आणि प्रेमासाठी

गेल्या डिसेंबरमध्ये थॉरटनच्या पायाला हिमबाधा झाल्यानं त्याच्या जोडीदारांनी त्याला तिथेच राहून बरं होण्यासाठी निवांत तळ टाकून दिला आणि डॉसनला जाण्याच्या दृष्टीनं तराफा आणण्यासाठी ते माघारी फिरले. बकची सुटका करते वेळीही थॉरटन किंचित लंगडतच होता. पण जसजशी हवा उबदार होत गेली, तसं त्याचं लंगडणंही संपून गेलं; आणि सुंदर वासंतिक वातावरणात नदीकिनारी पडल्यापडल्या वाहणारं पाणी बघत, निसर्गाची आणि पक्ष्यांची कुजबुज ऐकत बकचीदेखील प्रकृती सुधारली. त्याची गेलेली ताकदही परत आली.

तीन हजार मैलांच्या कष्टप्रद वाटचालीनंतर खरं तर त्याला विश्रांतीचीच नितांत गरज होती. मिळालेल्या या विश्रांतीनं त्याचे स्नायू पुन्हा छान टरारले. हाडांवर मांस चढलं आणि तो चांगलाच सुस्त होऊन गेला. एकूण काय, तर बकसकट तळावरची सगळीच मंडळी एकदम निवांत होती. स्किट, निग आणि स्वतः थॉरटन हे सगळेच त्यांना डॉसनला घेऊन जाणाऱ्या तराफ्याची वाट आता बघत होते. स्किट ही लांब केसांची आयरिश कुत्री होती. बक तळावर आल्यापासूनच ती त्याची मैत्रीण झाली होती. खरं तर सुरुवातीला तिची मैत्री किंवा जवळीक उमजून घेण्याची, मरणासन्न बकची परिस्थितीच नव्हती. काहीकाही कुत्र्यांमध्ये आढळणारा रुग्णसेवेचा खास गुण या स्किटमध्ये होता. मांजरी जशी आपल्या पिल्लांना चाटून स्वच्छ करते, त्याचप्रकारे तिनं बकच्या जखमा नित्यनियमानं चाटून बऱ्या करून टाकल्या. रोज सकाळी बकचं खाणं झालं की ती आपणहून हा कार्यक्रम पार पाडायची. त्यामुळे थॉरटन बककडे कधी येतो

याची वाट जेवढ्या आतुरतेनं बक बघायचा, तितक्याच आतुरतेनं तो स्किटचीही वाट बघायचा. अर्धा ब्लडहाउंड आणि अर्धा डिअरहाउंड असलेल्या काळ्या रंगाचा दांडगा निगही तितकाच मनमिळाऊ होता. मात्र आपल्या मैत्रीचं प्रदर्शन करणं हा प्रकार त्याला फारसा जमत नसे. त्याच्या डोळ्यांमधून आणि त्याच्या मनमोकळ्या हसण्यामधून मात्र त्याच्या दिलखुलास स्वभावाची कल्पना यायची.

आपल्याबद्दल या दोघांना मत्सर कसा वाटत नाही? याचा विलक्षण अचंबा बकला वाटायचा. थॉरटनच्या हृदयातला मोठेपणा आणि दयाळूपणा या दोघांमध्येही उतरलाय असं त्याला वाटायचं. बकमध्ये जशीजशी ताकद येत चालली, तसं या दोघांनीही त्याला त्यांच्यातल्या विलक्षण खेळांमध्ये ओढणं चालू केलं. थॉरटनसुद्धा त्या खेळांमध्ये हौसेनं भाग घेत असे.

त्याची तब्येत सुधारत चालली असतानाच एका नव्याच अनुभूतीनं बकच्या मनाचा ठाव घेतला. निखळ आणि उत्कट प्रेम काय असतं याचा प्रत्यक्ष अनुभव तो आयुष्यात पहिल्यांदाच घेत होता. अगदी त्या प्रकाशमान सॅन्टा क्लारा खोऱ्यामधल्या मिलरसाहेबांच्या घरी असतानादेखील त्याला असा अनुभव आला नव्हता. मिलरसाहेबांच्या मुलांबरोबर तो शिकारीला जायचा, तेव्हा तो त्यांचा भिडू असायचा. मिलरसाहेबांच्या नातवंडांशी खेळताना तो त्यांचा पालक असायचा. मिलरसाहेबांबरोबर वावरताना उदात्त मैत्रीचा अनुभव तो घ्यायचा. मात्र बकच्या आयुष्यात जॉन थॉरटन आला, त्यानंतरच ज्वलंत प्रेमाची धग, त्याच्यातला भक्तिभाव, त्या प्रेमात स्वतःला विसरून वेडं होणं या सगळ्याचा प्रत्यक्ष अनुभव बकला मिळाला.

या माणसानं त्याचा जीव वाचवला होता हे तर होतंच, पण त्याच्या जोडीनं हा माणूस त्याचा खराखुरा मालक बनला होता. कुत्र्यांची देखभाल करणारे अन्य मालकही त्यानं पाहिले होते. पण त्या देखभालीमध्ये केवळ एक कर्तव्यभावना असायची किंवा व्यवसायाची उपयुक्तता पाहिली जायची. पण त्याचा हा धनी स्वतःच्या कुत्र्यांची पोटच्या मुलांसारखी काळजी घ्यायचा, कारण तो त्याचा स्वभावच होता. त्याची कुत्री त्याच्या नजरेला पडताच मायेचे आणि उत्तेजनेचे शब्द त्याच्या मुखातून उमटायचेच. निवांत बसून त्यांच्याशी गप्पा करणं (ज्याला तो हवापाण्याच्या गप्पा म्हणायचा) ही कुत्र्यांइतकीच त्याच्यासाठीही आनंददायी बाब होती.

बकचं डोकं तो धसमुसळेपणानं आपल्या ओंजळीमध्ये पकडायचा आणि

त्या मस्तकाला आपलं डोकं भिडवून अतीव मायेनं नाहीनाही ते शिवराळ बोलत बकला मागेपुढे झुलवायचा. बकला त्या मायेच्या शब्दांइतकं आणि त्या धसमुसळ्या हिसक्यांइतकं प्रिय दुसरं काहीही नसे. त्या रांगड्या मिठीमध्ये शरीराला बसणाऱ्या प्रत्येक हेलकाव्यागणिक बकचं हृदय परमानंदानं ओथंबून जायचं आणि त्या आनंदाच्या लहरी उसळून बाहेर येत त्यालाही अंतर्बाह्य चिंब करून टाकायच्या. त्या मिठीतून सुटताच पायांवर उडी घेऊन तो स्तब्ध उभा राहायचा आणि हसतमुखानं गळ्यामध्ये अस्फुटशी थरथर जागवत त्याच्या भावना डोळ्यांवाटे त्याच्या लाडक्या धन्याकडे पोहोच करायचा. तेव्हा मग जॉन थॉरटन त्याला म्हणायचा, ''लेका, कळतंय की तुला सगळं ... आंऽऽ फक्त बोलून दाखवता येत नाहीये, होय ना?''

प्रेम व्यक्त करायची बकची एक पद्धत मात्र भलतीच रांगडी होती. आपल्या जबड्यामध्ये तो थॉरटनचा हात पकडायचा आणि त्यावर त्याच्या दातांच्या खुणा उमटेपर्यंत अगदी घट्ट दाबायचा. पुढे बराच वेळ त्या खुणा थॉरटनच्या हातावर तशाच राहायच्या. पण ज्या भावनेनं बक थॉरटनच्या शिव्यांचा स्वीकार करायचा, त्याच प्रेम भावनेनं तो थॉरटनही हातावरल्या दातांच्या खुणा स्वीकारायचा.

एरवी मात्र बकचं धन्याबद्दलचं प्रेम त्याच्या भक्तिभावातूनच व्यक्त व्हायचं. थॉरटनच्या स्पर्शामुळे आणि बोलण्यामुळे उचंबळून आलेलं हृदयातलं प्रेम व्यक्त करण्यासाठी स्किट आपल्या नाकानं धन्याच्या हाताला तो तिची माया करेपर्यंत ढोसतच राहायची; किंवा निग धन्याकडे धिमी पावलं टाकत येऊन आपलं मस्तक अलगद धन्याच्या गुडघ्यांवर विसावायचा. पण अशा कोणत्याही प्रतीकांचा आधार घ्यावासा बकला कधी वाटायचं नाही. थोड्या दुरूनच आपल्या धन्यावर भावपूर्ण प्रेम करण्यात तो समाधान मानायचा. थॉरटनच्या पायांशी उत्सुक दक्षतेनं तो तासन्‌तास पडून असायचा. त्याचे डोळे मात्र धन्याच्या चेहेऱ्यावर खिळलेले असायचे. पडल्यापडल्याच धन्याची प्रत्येक हालचाल, त्याचा आविर्भाव या गोष्टी तो डोळ्यांत साठवत राहायचा. त्याच्या चेहेऱ्यावरचे बारीकसारीक बदल बारकाईनं टिपत त्यांचा अभ्यास करायचा. कधी धन्याच्या जरा दूर, त्याच्याकडेला किंवा पाठीमागे, जशी संधी मिळेल तसं पडून राहत, त्याचे आविर्भाव आणि त्याची प्रत्येक हालचाल या गोष्टी तो डोळे भरून बघत राहायचा. दोघंही इतके तादात्म्य पावले होते की, बकची खिळलेली नजर

थॉरटनचं लक्ष त्याच्याकडे हमखास वेधून घेत असे. थॉरटनची मान आपोआप त्याच्या दिशेनं वळायची आणि त्याच्यावर एकटक खिळलेल्या बकच्या नजरेत थॉरटनचीही नजर मिसळून, निःशब्दपणानं त्याच्याही डोळ्यांवाटे त्याच्या हृदयातलं प्रेम बकच्या हृदयापर्यंत पोचायचं आणि बकचंही हृदय त्यामुळे ओथंबून जायचं.

सुटकेनंतर बरेच दिवस बकला थॉरटन त्याच्या नजरेपासून दूर झालेला सहनच होत नव्हता. त्यामुळे थॉरटननं तंबू सोडून पुन्हा परतेपर्यंत बक त्याची पाठ काही सोडायचा नाही. तो उत्तरेत आल्यापासून 'कोणताही मालक हा कायम नसतो.' ही भीती थोड्याथोड्या काळासाठी त्याचे मालक झालेल्यांनी त्याच्यामध्ये पेरून टाकली होती. त्यामुळे जसे त्याच्या आयुष्यातून पेरॉल्ट आणि फ्रान्सिस निघून गेले, जसा तो मिश्रवंशी स्कॉच दूर निघून गेला, तसाच हा थॉरटनही निघून जाईल की काय, याची बकला फार धास्ती वाटायची. अशा भीतिदायक स्वप्नांमुळे, रात्री अनेकदा तो दचकून जागा व्हायचा आणि आपली झोप झटकून टाकून त्या भयाण गारठ्यात सरपटत आपल्या धन्याच्या तंबूत शिरायचा. तिथे उभा राहून त्याच्या धन्याच्या श्वासांचा आवाज कानांवर पडेपर्यंत काही त्याच्या जिवात जीव येत नसे.

त्याच्यातल्या उरल्यासुरल्या सुसंस्कृतपणाची साक्ष देणाऱ्या थॉरटनवरच्या त्याच्या प्रेमाबरोबरच उत्तरेच्या भूमीनं त्याच्यात जागवलेले त्याच्या रक्तातले आदिम गुणधर्मही तितकेच जिवंत आणि कार्यरत होते. अग्नी आणि छप्पर यांच्याशी संबंधित असलेल्या निष्ठा आणि समर्पण या गुणांबरोबरच आपला रानटीपणा आणि चाणाक्षपणाही त्यानं जपला होता. आता तो दक्षिणेकडचा, अनेक पिढ्यांच्या माणसाळलेपणाचा छाप असलेला कुत्रा राहिला नव्हता; तर थॉरटनच्या शेकोटीजवळ बसण्यासाठी आलेला, रानावनातून भटकणारा एक वनचर बनून गेला होता. या माणसावर तो जिवापाड प्रेम करत होता आणि म्हणूनच तो थॉरटनची कोणतीही गोष्ट चोरत नव्हता. पण त्याच्या जागी जर दुसरा कोणताही माणूस असता किंवा दुसऱ्या कुणाचाही तळ असता, तर तिथे डल्ला मारायला बकनं क्षणाचाही विचार केला नसता आणि तोही असा मारला असता की, कुणालाही त्याचा संशयदेखील आला नसता.

अनेक जीवघेण्या झुंजींमधून उमटलेल्या प्रतिस्पर्धी कुत्र्यांच्या दातांच्या खुणा तो स्वतःच्या चेहऱ्यावर आणि अंगावर मिरवत होता. आता हे स्किट

आणि निग स्वभावानं एवढे सालस होते की, त्यांच्याशी झुंज होण्याची कणभरही शक्यताच नव्हती. पण दुसऱ्या कोणत्याही कुत्र्यानं - मग भले तो कितीही शूर असता किंवा भले कोणत्याही वाणाचा असता, तरी - बकपुढे एकतर शेपटी टाकली असती किंवा त्याच्याशी दोन हात करून स्वतःचा जीव धोक्यात टाकला असता. कारण प्रतिस्पर्ध्यासाठी बककडे कोणतीही दयामाया नव्हती. सोटा आणि सुळे यांच्या आदिम कायद्याच्या तालमीत तयार झालेला बक, प्रतिस्पर्ध्याला एकही संधी न देता त्याचा मुडदा पाडूनच मागे येत होता. टपाल वाहतूक करणाऱ्या आणि पोलीस तळावरच्या कुत्र्यांशी झालेल्या झुंजींमधून त्यानं त्याचे धडे घेतले होते. स्पिट्झबरोबरच्या झुंजीमध्येही तो हेच शिकला होता की, जर दुसऱ्याच्या कह्यात जायचं नसलं, तर त्याच्यावर स्वामित्व गाजवताच आले पाहिजे आणि प्रतिस्पर्ध्यावर दया दाखवणं ही आपली कमजोरी असते. फार पूर्वीपासून नांदत आलेल्या इथल्या जीवनात दया ही गोष्टच नव्हती. दया दाखवणं म्हणजे घाबरणं हा इथला गैरसमज होता आणि या गैरसमजाबद्दल मरणच पत्करावं लागत होतं. मारा किवा मरा, भक्षण करा किंवा भक्ष्य व्हा हाच इथला कायदा होता. पूर्वापार चालत आलेल्या याच कायद्याचा तो सन्मान करत होता, आणि त्याचंच पालन करत होता.

आयुष्यातले जे काही दिवस त्यानं पाहिले होते आणि जेवढे श्वास त्यानं घेतले होते, त्याच्या कितीतरी पटींनी अधिक पोक्त तो होऊन गेला होता. पूर्वजांचा त्याच्या रक्तातला भूतकाळ त्यानं आपल्या वर्तमानाशी सांधून घेतला होता. त्यामुळे थेट अनंतापर्यंत पसरलेल्या काळाची स्पंदनं आताशा सामर्थ्यवानपणानं त्याच्या मनात उमटायची आणि त्या स्पंदनांच्या ठेक्यावर तो उधाणाच्या लाटांसारखा हेलावून जायचा. शुभ्र सुळ्यांचा, लांब केसांचा, भव्य छातीचा असा बक जॉन थॉरटनच्या पायांशी शेकोटीजवळ पडून असलेला दिसायचा खरा ... पण त्याच्या आड अनेक छटांची, अनेक तऱ्हांची अनेक कुत्री अदृश्यपणानं बसून असायची. त्यातले काही अर्धलांडगे असायचे, तर काही खरंच लांडगे असायचे. सगळेच कसे चपळ आणि तत्पर दिसणारे. जे मांस तो खायचा त्यात तीही रुची घ्यायची, जे पाणी तो प्यायचा त्याच पाण्यासाठी त्यांचाही घसा कोरडा पडलेला असायचा, ज्या वाऱ्याचा गंध तो घ्यायचा तोच तीही घ्यायची. जंगलातून उमटणारे ध्वनी त्याच्याबरोबरच ऐकत त्यांची उकल करण्यात त्याला साहाय्य करायची. त्याच्या कृतींची दिशा

ठरवताना तीही त्याला मदत करायची. तो झोपी जायचा, तेव्हा त्याच्या शेजारी तीही अंग टाकायची आणि त्याच्याबरोबरच स्वप्नं बघताबघता त्याच्याही पलीकडे जात त्या स्वप्नांचा एक भाग बनून राहायची. ज्या निर्णायक हुकमीपणानं त्या सावल्या त्याला हाकारायच्या, त्यामुळे दिवसांगणिक त्याच्यातलं माणसाळलेपण मावळायला लागलं होतं. दूर रानामधून त्याच्यासाठीच कुणाच्यातरी हाका येत असायच्या. त्या हाका कानांवर पडताच त्याचा रोम रोम थरारून उठायचा. पेटलेली शेकोटी आणि माणसाच्या पावलटीखाली आलेली भूमी यांच्याकडे सरळ पाठ फिरवून जंगलात कुठेतरी दूर निघून जाण्यास त्या हाका त्याला उद्युक्त करायच्या. पण असं का जायचं आणि कुठे जायचं याचं उत्तर मात्र त्याच्याकडं नसायचं. दूर रानातल्या या हाकांचा उगम आणि त्यांच्यातल्या निकडीचं कारणही त्याच्या आकलनापलीकडलं असायचं. परंतु जेव्हा कधी त्या हाकांच्या तीव्र ओढीनं, त्या दाट जंगलामधल्या हिरव्या छायेतल्या न तुडवल्या गेलेल्या हिमावर पाऊल टाकण्यासाठी तो सरसावायचा; नेमकं त्याच वेळी त्याच्या धन्याचं प्रेम, त्याची माया या गोष्टी बकला माघारी खेचायच्या आणि त्या शेकोटीजवळ आग्रहीपणानं बसवून ठेवायच्या.

इतर मानवजातीशी काहीही देणंघेणं नसलेल्या बकला थॉरटनच्या प्रेमानं असं घट्ट बांधून टाकलं होतं. अधूनमधून येणारीजाणारी मंडळी क्वचित त्याचं कौतुक करायची, त्याला थोपटायची; पण तो थंड असायचा. एखादा जास्तच लगट करायला लागला, तर तिथून उठून सरळ दुसरीकडे जाऊन बसायचा. बरेच दिवस प्रतीक्षा असणारा तो तराफा घेऊन थॉरटनचे जोडीदार, हान्स आणि पीट जेव्हा अखेरीस तळावर येऊन पोहोचले, तेव्हा ते थॉरटनच्या सलगीतले आहेत, हे उमगेपर्यंत त्यांचीही दखल घ्यायचं बकनं नाकारलं. ते उमगल्यानंतरही त्यांना आणि त्यांनी देऊ केलेल्या गोष्टींना, त्यांच्यावर अगदी उपकार केल्यागत स्वीकारलं. थॉरटनचे हे दोघे जोडीदार वागायला थेट थॉरटनसारखेच होते. विचारात साधेपणा आणि दृष्टीत स्पष्टता असणाऱ्या थॉरटनच्या या मित्रांचे पाय कायम जमिनीला टेकलेले असायचे. त्यांचा तराफा डॉसनमधल्या लाकडाच्या वखारीपाशी पोहोचेपर्यंत त्यांनाही बकची ओळख झाली होती, आणि स्किट आणि निग यांच्याइतकी त्याच्याशी जवळीक टाळायचं त्यांना अंगवळणी पडून गेलं होतं. दरम्यान थॉरटनच्या मनातल्या बकवरच्या प्रेमात मात्र दिवसेंदिवस केवळ वाढ आणि वाढच होत गेली. या वसंतातल्या त्यांच्या वाटचालीत

बकच्या पाठीवर खुशाल बोजा लादू शकेल असा तो एकमेव माणूस होता, आणि थॉरटननं हुकूम केल्यावर त्याची तामिली करण्यापलीकडे बकसाठीही दुसरा काही आनंद नसायचा. डॉसनमध्ये तराफा फुंकून टाकून आलेल्या पैशांमधून भरपूर शिधा घेऊन आता तनानाच्या उगमाकडे त्यांनी वाटचाल सुरू केली होती.

असंच एक दिवशी ते सगळेच एका सरळसोट कड्याच्या काठाशी बसले होते. ते बसले होते त्या जागेपासून थेट ३०० फूट खोलीवरच्या उघड्या खडकांपर्यंत कोसळत गेलेली खोल दरी त्यांच्यासमोर होती. जॉन थॉरटन कड्याच्या अगदी टोकाशी बसला होता आणि त्याच्या पाठीशी बक बसला होता. कसलीशी हुक्की येऊन थॉरटननं त्याच्या मित्रांना हाक मारली आणि खाली कोसळत गेलेल्या दरीकडे हातानं निर्देश करत तो ओरडला, "बक, मार उडी!" हे ऐकताच पुढच्याच क्षणाला त्या दरीच्या काठावरून बकनं स्वतःला खुशाल झोकून दिलं. कसंबसं बकला घट्ट कवटाळलेल्या थॉरटनला मागे खेचण्यासाठी हान्स आणि पीट यांना प्रयत्नाची शिकस्त करावी लागली.

सगळे पुन्हा स्थिरस्थावर झाल्यावर पीटचा श्वास जेव्हा थाऱ्यावर आला, तेव्हा तो म्हणाला, "भलतंच प्रकरण आहे रे बाबा हे!"

आपली मान हालवत थॉरटनही म्हणाला, "खरंय तुझं! एकदम भारी आणि तेवढीच भयानक चीज आहे ही. तुम्हांला सांगतो, मला तर याची काळजीच वाटते."

"तुझ्याबरोबर जर हा असला ना, तर माझी तरी छाती होणार नाही बाबा, तुझ्यावर हात टाकायला!" बककडे बघून मान हालवत पीटनं जाहीर केलं.

"देवाची शपथ! माझीपण नाही होणार." हान्सनं त्याला दुजोरा दिला.

वर्ष संपायच्या आतच पीटच्या शब्दांचा पडताळा आला. ते सर्कल सिटी मुक्कामी असताना ब्लॅक बर्टन नावानं कुप्रसिद्ध असलेला एक खुनशी गुंड इसम बारमध्ये एका नवागताशी झगडा उकरून काढत होता. त्या नवागताची कणव आल्यानं थॉरटन मध्यस्थी करायला मध्ये पडला. नेहमीप्रमाणे एका कोपऱ्यात आपल्या पायांवर आपलं डोकं विसावून बक त्याच्या धन्याच्या हालचाली निरखत होता. थॉरटनची लुडबुड न आवडून कसलीच सूचना न देता त्या बर्टननं पार खांद्यांतून जोर लावत थॉरटनवर ठोसा हाणला. हाणल्या गेलेल्या फटक्यानं थॉरटन पार झिडपिडला. बारलगतच्या कठड्याला पकडत त्यानं कसंबसं स्वतःला सावरून धरलं. तोच भुंकणं आणि किंचाळणं यांच्यामधली एक वेगळीच गर्जना

तिथल्या बघ्यांच्या कानावर पडली. आणि पाठोपाठ त्या बर्टनच्या नरडीचा घोट घेण्यास उसळलेल्या बकनं हवेत घेतलेली झेपही दिसली. प्रतिक्षिप्त क्रियेनं बर्टननं आपला हात झटकन गळ्यासमोर आणला आणि म्हणूनच तो वाचला. बकचं अजस्र धूड अंगावर घेत तो जमीनदोस्त झाला. बर्टनच्या हातात रुतलेले दात उपसून बकनं पुन्हा एकदा बर्टनच्या गळ्याचा वेध घेतला. या वेळी मात्र बर्टनला गळा वाचवण्यात अर्धवटच यश आलं. बकनं त्याच्या दातांनी बर्टनचा गळा टरकावून टाकला होता. उपस्थितांनी तत्काळ धाव घेतली आणि बकला खेचून दूर केलं. तिथला डॉक्टर बर्टनच्या गळ्याची तपासणी करत असताना अद्यापही संतापानं धुमसणारा बक भयंकर गुरगुरत त्या बर्टनवर परतपरत चालून जाण्याचा प्रयत्न करत होता आणि सोटे हाणत त्याला दूर ठेवण्यासाठी लोकांना पराकाष्ठा करावी लागत होती.

खाणीत काम करणाऱ्यांची पंचायत तिथल्यातिथे ताबडतोब बोलावली गेली. पण बकनं केलेल्या कृतीमागे खरोखरी काही कारण आहे हे ध्यानात आल्यावर बकला दोषमुक्तही केलं गेलं. झाल्या प्रसंगानं बकचा रुबाब मात्र चांगलाच वाढला. अलास्काच्या प्रत्येक तळावर त्याचं नाव जाऊन पोहोचलं. ते वर्ष सरतासरताच अजून एकदा वेगळ्या प्रकारे बकनं थॉरटनचा जीव वाचवला.

त्याचं असं झालं ... फोर्टी माइल नदीला येऊन मिळणाऱ्या एका खळाळत्या ओढ्यातून होडकं हाकारत थॉरटनची आणि त्याच्या दोन जोडीदारांची वाटचाल चालली होती. होडीत थांबून काठावरच्या दोघांना मोठमोठ्यानं सूचना करत असतानाच थॉरटन हातातल्या बांबूनं होडीला दिशा देत होता, तर ओढ्याच्या कडेनं ठिकठिकाणी असलेल्या झाडांच्या बुंध्यांना, होडीला जोडलेल्या दोरखंडाचा वेढा देऊन हान्स आणि पीट नेटानेटानं होडीची गती नियंत्रित करत होते. एकंदर प्रकारानं कावराबावरा झालेला बक मात्र काठावरून त्या होडीच्याच बरोबरीनं अस्वस्थ पावलं टाकत निघाला होता. त्याच्या धन्यावरून त्याची नजर क्षणभरसुद्धा ढळत नव्हती.

एका अवघड ठिकाणी खळाळत्या पाण्याबाहेर डोकावणाऱ्या अनेक शिळांमधून हातातल्या बांबूनं होडीसाठी वाट काढत थॉरटन चालला असताना हान्सनं अलीकडल्या झाडाला वळसा दिलेला दोर सोडून वेगानं पुढे धाव घेत पुढच्या झाडाला त्या दोराचा वेढा मारला. तो हे करतो-न-करतो तोच प्रचंड वेगानं वाहणाऱ्या त्या खळाळत्या प्रवाहानं शिळांमधून वाट काढलेल्या त्या

होडक्याला ताब्यात घेतलं आणि दिशाहीन झालेलं ते होडकं त्या प्रवाहाबरोबर प्रचंड वेगानं वाहत निघालं. झाडाला वेढा मारून ज्या ठिकाणी हान्सनं दोर ताणून धरला होता, त्या ठिकाणी होडकं आल्यावर एका हिसक्यासरशी त्याची गती थांबली आणि जोराचा धक्का बसून ते जागेवरच उलटलं. क्षणार्धात पालथ्या झालेल्या त्या होडक्यातून थॉरटन बाहेर फेकला गेला आणि त्या खळाळत्या प्रवाहातून वाहून जायला लागला. पाण्याचा वेग एवढा जबरदस्त होता की, कितीही पट्टीचा पोहणारा माणूस असता, तरी त्याचं तिथे काहीही चाललं नसतं.

बक त्याच क्षणी उसळला आणि काठावरून सुसाट धावत निघाला. जवळपास ३०० यार्ड वाहून जात एका भोवऱ्यात गटांगळ्या खाणाऱ्या थॉरटनला ओलांडून त्या खळाळणाऱ्या पाण्यामध्ये थॉरटनच्या पुढ्यात बकनं स्वतःला झोकून दिलं. थॉरटननं बकच्या शेपटाला पकडल्याचं जाणवताच आपली सगळी ताकद एकवटून किनारा गाठण्याचा प्रयत्न तो करायला लागला. पण ते काठाकडे जातच नव्हते. प्रवाहाच्या दिशेनं मात्र अतिशय वेगानं दोघंही खेचले जायला लागले. एखाद्या महाकाय कंगव्यातून विंचरलं जावं तसं ते खळाळतं पाणी तळातल्या खडकांमधल्या फटीफटींमधून वेगानं वाट काढत, उसळत, गर्जत वाहत होतं. जसजसं पाणी प्रपाताच्या जवळ जवळ येऊ लागलं, तशी त्याची ओढ भयानक वाढत चालली आणि थॉरटनला जाणवलं की, किनारा गाठणं ही त्यांच्यासाठी अशक्यप्राय गोष्ट आहे. त्यानं वाहतावाहता वाटेतल्या एका खडकाला पकडण्याचा प्रयत्न केला खरा, पण तो विफल ठरला. परत दुसऱ्या खडकामुळे स्वतःला ओरखडून घेत, तो तसाच पुढेपुढे वाहत चालला. अजून एका खडकावर तो आदळला, आणि त्यासरशी त्या खडकाच्या शेवाळल्या कडेवर त्यानं कशीबशी पकड घेतली. मग बकची शेपूट सोडून त्या प्रवाहाच्या खळाळणाऱ्या आवाजावर घसा ताणून ओरडत तो बकला म्हणाला, ''बक, बाहेर पड, बाहेर जा.''

बकचादेखील त्याच्या हालचालींवर आता ताबा राहिला नव्हता. पाण्याचा वेगवान ओघ त्याला आपल्याबरोबर खेचून नेत होता. बकनं पाठीमागे फिरायचा आटोकाट प्रयत्न केला, पण ते त्याच्या ताकदीबाहेरचं होतं. मात्र त्याच्या कानांवर परत जशी थॉरटनची 'बाहेर पड' ही आज्ञा पडली, तशी त्यानं सर्व ताकद एकवटत जागेवर उंच उसळी मारली. जणू काही एकदा शेवटचं थॉरटनला

बघण्यासाठी मान उंचावली आणि बक त्याच्या धन्याच्या आज्ञेनुसार काठाकडे वळला. जबरदस्त ताकद लावून काठ गाठण्यासाठीच्या प्रयत्नात त्याची शक्ती झपाट्यानं खर्च होत चालली. पोहणं अशक्य होऊन तो बुडणार, इतक्यात हान्स आणि पीट यांनी त्याला मोठ्या कष्टानं काठावर ओढून घेतलं.

प्रचंड ताकदीनं वाहणाऱ्या असल्या प्रवाहामध्ये कोणताही माणूस शेवाळल्या खडकाला पकडून फार वेळ तग धरू शकणार नाही, फार तर काही मिनिटंच, ही गोष्ट ते दोघंही जाणत होतेच. म्हणून लागलीच त्या दोघांनी थॉरटन ज्या ठिकाणी खडकाला पकडून राहिला होता त्याच्याही पुढे बकसकट धाव घेतली. होडीला बांधलेला दोर सोडून त्यांनी तो बकच्या खांद्याला आणि मानेला बांधला. पोहताना त्याला त्रास होणार नाही, फास बसणार नाही याची काळजी त्यांनी बांधताना घेतली आणि बकला त्या प्रवाहात लोटलं. झपाट्यानं पाणी कापत बक निघाला खरा, पण ज्या नेमकेपणानं त्या वेगवान प्रवाहात घुसायला हवं होतं, तसं त्याला घुसता आलं नव्हतं. थॉरटनपासून थोड्या हातांच्या अंतरावरून हताशपणानं जेव्हा तो वाहून जायला लागला, तेव्हा त्याची चूक त्याला उशिरानं लक्षात आली.

ताबडतोब हान्सनं दोराला नेट लावला आणि होडीसारखाच बकलाही खेचून धरला. पाण्याच्या जोरदार प्रवाहामुळे त्याच्या शरीराला बांधलेला दोर अधिकच आवळला गेला. त्या प्रवाहानं आणि दोराला लावलेल्या नेटामुळे बक पाण्याच्या पृष्ठभागाखाली खेचला गेला. त्याला खेचून पुन्हा काठावर आणेपर्यंत संपूर्ण वेळ तो पाण्याखालीच राहिला. जेव्हा त्याला बाहेर काढलं, तेव्हा पाण्यात बुडाल्यानं तो स्वतःच अर्धमेला झाला होता. हान्स आणि पीट यांनी ताबडतोब स्वतःला बकवर झोकून दिलं. आणि वारंवार त्याच्या छातीवर दाब देत, त्याच्या छातीतलं पाणी बाहेर काढून त्याचा श्वास चालू केला. जसा बकचा श्वास परत आला, तसा तो त्याच्या पायांवर उभा राहण्यासाठी धडपडायला लागला. मात्र जसा तो उभा झाला, तसा लागलीच कोसळून पडला. त्याच वेळी पाण्यात खडकाला कसाबसा घट्ट पकडून धरलेला थॉरटन ओरडून काहीतरी म्हणाला. तो काय म्हणाला ते कळलं नाही, पण त्याच्या आवाजावरून कळत होतं की, तो आता निकराला आलाय. जसा थॉरटनचा आवाज बकच्या कानांवर पडला, त्यासरशी अंगात वीज संचारल्यासारखा तो त्याच्या पायांवर उभा झाला. मघाशी ज्या ठिकाणाहून तो पाण्यात शिरला होता, त्या जागेकडे त्या

दोन्ही बाप्यांच्याही पुढून तो धावत निघाला.

परत एकदा त्याला झटपट दोर बांधण्यात आला आणि पाण्यात लोटलं गेलं. झपाट्यानं पाणी कापत आताही बक निघाला. आता मात्र आवश्यक त्या नेमकेपणानं तो पाण्यात घुसला होता. एकदा त्याची चूक झाली होती. तीच चूक परत करून त्याला शरमिंदं व्हायचं नव्हतं. हान्स त्याला दोर पुरवत होता, तर दोराच्या वेटोळ्याचा कुठेही गुंता होणार नाही याकडे पीट ध्यान देत होता. थॉरटनच्या सरळ रेषेत येईपर्यंत बक पाणी कापत राहिला. ज्या क्षणी तो थॉरटनच्या रेषेत आला, त्या क्षणी पाण्यात वळून त्यानं स्वतःला एखाद्या आगगाडीच्या वेगानं थॉरटनच्या दिशेनं सोडून दिलं. तो येतोय हे थॉरटननंही पाहिलं. दरवाजा तोडण्यासाठी आदळणाऱ्या ओंडक्यासारखा, त्या जोरदार प्रवाहातून वाहत आलेला बक थॉरटनवर आदळला. त्यासरशी बकच्या केसाळ मानेभोवती थॉरटननं आपल्या हातांची मिठी मारली. हान्सनं एका झाडाला दोराचा वेढा मारून दोर ताणून धरलेलाच होता. त्यामुळे पुन्हा एकदा हिसक्यासरशी थॉरटन आणि बक पाण्याखाली खेचले गेले. घुसमटत, अधल्यामधल्या खडकांवर आदळून अंग ठेचाळून घेत, एकमेकांवर आळीपाळीनं गडगडत बकला आणि थॉरटनला खेचलं गेलं. थॉरटनला एका ओंडक्यावर आडवा टाकून हान्सनं आणि पीटनं त्याला जोरानं घुसळून शुद्धीवर आणलं. थॉरटननं डोळे उघडले आणि सर्वांत आधी त्याची नजर भिरभिरली, ती बक कुठे आहे ते पाहायाला.

निपचित पडलेल्या बकशेजारी बसून निग विव्हळत होता, आणि ती स्किट बकच्या मिटल्या डोळ्यांवरून आणि ओल्या चेहेऱ्यावरून तिची जीभ फिरवत होती. थॉरटनला स्वतःला अनेक ठिकाणी खरचटलं होतं, अनेक ठिकाणी त्याचं अंग ठेचाळलं होतं. पण त्याही परिस्थितीत त्यानं बकला तपासलं. आणि त्याच्या तीन बरगड्या मोडल्या आहेत हे थॉरटनच्या लक्षात आलं.

"बस, ठरलं! इथेच आपला तळ टाकायचा." त्यानं जाहीर केलं आणि बकच्या बरगड्या पुन्हा जुळून येऊन तो प्रवास करायला लायक होईपर्यंत काही ते तिथून हालले नाहीत.

त्याच हिवाळ्यात बकनं अजून एक पराक्रम गाजवला. या वेळी त्यानं काही शौर्याची कामगिरी केली असं नाही; पण जे काही त्यानं केलं, त्यामुळे अलास्कातल्या लोकप्रियतेच्या स्तंभावर बकचं नाव एकदम अग्रस्थानी कोरलं

गेलं. त्याची ही कामगिरी बाकी त्याच्या तिन्ही मित्रांना फार सुखावून गेली. खरं तर या वेळी त्यांना पैशांची अतिशय निकड होती. सोनं शोधणाऱ्यांची पावलं ज्या पूर्व भागात अजूनही पोहोचली नव्हती, त्या ठिकाणी एक मोहीम काढायचा बरेच दिवसांचा त्यांचा मनसुबा होता. त्यासाठी बऱ्याच साधनसामग्रीची जुळवाजुळव त्यांना करायची होती.

हे घडलं ते एल डोराडो नावाच्या बारमधल्या एका संभाषणामुळे! बकच्या कीर्तीमुळे त्याच्यावर खार खात आपलीही कुत्री बकच्या तुलनेत कशी सरस आहेत यावर तिथल्या काही जणांच्या अव्वाच्यासव्वा गप्पा चालल्या होत्या. साहजिकच बकची तरफदारी करण्यासाठी त्या गप्पांमध्ये थॉरटन अभावितपणानं ओढला गेला. असाच अर्धाएक तास गेला. त्यांच्यातला एक जण सांगायला लागला की, त्याचा कुत्रा ५०० पौंड वजन भरलेली गाडी आरामात ओढतो. त्यावर दुसरा म्हणाला की, त्याचा कुत्रा तर ६०० पौंड वजन खेचू शकतो. त्यावर तिसऱ्यानं त्याचा कुत्रा ७०० पौंड वजन खेचू शकेल अशी शेखी मिरवली.

त्याच्यावर थॉरटन उसळून म्हणाला, "अरे, हे तर काहीच नाही. आमचा बक तर १००० पौंड ओढून दाखवेल!"

सोन्याच्या खाणीच्या धंद्यात नशीब फळफळलेल्या आणि त्याचा कुत्रा ७०० पौंड गाडी खेचेल असा दावा करणाऱ्या मॅथ्युसननं त्याला आव्हान दिलं, "बर्फात गोठून अडकलेली हजार पौंडांचा माल भरलेली गाडी बर्फातून मोकळी करून १०० यार्ड चालून दाखवेल काय तुझा कुत्रा?"

"माझा कुत्रा १००० पौंडांची, बर्फात गोठलेली गाडी, बर्फातून सोडवून १०० यार्ड आरामात चालेल." थॉरटन शांतपणानं म्हणाला.

"ठीक आहे तर!" सर्वांनी नीट ऐकावं म्हणून मुद्दाम सावकाश आणि स्पष्टपणानं मॅथ्युसन म्हणाला, "मी म्हणतो तुझ्या कुत्र्याला ते नाही जमायचं. आपले हजार डॉलर लागले." असं म्हणत त्यानं त्याच्या खिशातून सोन्याच्या चुऱ्याची एक छोटी पुरचुंडी बारमधल्या टेबलावर टाकली.

त्यावर तिथे एकदम शांतता पसरली. थॉरटननं मारलेल्या बढाईला ती पोकळ थाप आहे असं आव्हान मिळालं होतं. चेहेऱ्यातून वाहणाऱ्या गरम रक्ताच्या फवाऱ्यांची जाणीव थॉरटनला व्हायला लागली. भलतंच काहीतरी बोलून बसला होता तो. बक हजार पौंड ओढेल की नाही याची त्याला खरंच कल्पना नव्हती. चक्क अर्धा टन भार ओढायचा ... त्यालाही जाणवलं, जरा

जास्तच होतंय हे. पण बकच्या ताकदीबद्दल त्याला भरवसाही होता. एवढा भार तो ओढूही शकेल असं त्याला मनोमन अनेकदा वाटूनही गेलं होतं. पण या क्षणी त्याच्यावर बारा एक लोकांच्या स्थिर आणि उत्सुक नजरा खिळल्या असताना या शक्यतेबद्दल त्याची त्यालाच खात्री वाटेना. शिवाय पैज लावायला १००० डॉलर्स त्याच्याकडे होते तरी कुठे? त्याच्याकडेही नव्हते आणि त्याच्या मित्रांकडेही नव्हते.

''माझी गाडी बाहेरच उभी आहे आणि पन्नास पौंड आट्याच्या वीस थैल्या भरल्यायत तिच्यात,'' मॅथ्युसन क्रूरपणानं पुढे म्हणाला, ''म्हणजे तुझा खोळंबा व्हायला नको. काय?''

थॉरटनच्या तोंडातून शब्दच फुटेना. काय बोलावं हेच त्याला कळेनासं होऊन गेलं. विचार करण्याची ताकद हरवलेल्या माणसासारखी त्याची नजर, तिथे उपस्थित चेहेऱ्यांवरून विमनस्कपणानं फिरली. जणू काही थांबलेले विचार सुरू करण्याची एखादी कळ त्या चेहेऱ्यांमध्ये तो शोधत होता. आणि त्या चेहेऱ्यांमध्ये त्याच्या जुन्या मित्राचा, जिम ओब्रायनचा चेहेरा त्याला दिसला. त्याबरोबरच त्यानं स्वप्नातदेखील विचार केला नसता, असं काहीतरी करण्याची तीव्र सणक त्याच्यात उफाळून आली.

''मित्रा, हजार एक मिळतील का?'' पुटपुटल्यासारखं खालच्या आवाजात त्यानं ओब्रायनला विचारलं.

''जरूर!'' ओब्रायन उत्तरला आणि मॅथ्युसनच्या पुरचुंडीशेजारी पैशांनी खचाखच भरलेली थैली आपटत तो म्हणाला, ''हे बघ जॉन, मी काही तसा श्रद्धाळू वगैरे नाही, पण मला नक्की माहीत आहे, तुझा कुत्रा करून दाखवणारच हे! बघच तू.''

झालं! ती पैज बघण्यासाठी मग एल डोराडोमधली सगळीच मंडळी बाहेर रस्त्यावर आली. पत्ते खेळण्याची टेबलं ओस पडली. पत्ते पिसणारे आणि डावावर देखरेख ठेवणारेही बाहेर आले आणि मोक्याची जागा पकडून कुणाच्या बाजूनं सट्टा लावावा याचा विचार करायला लागले. हातमोजे आणि कातडी कोट घातलेल्या शेकडो लोकांनी त्या घसरगाडीभोवती ऐसपैस जागा सोडून कोंडाळं केलं. मॅथ्युसनच्या मालकीची घसरगाडी हिमाच्छादित जमिनीवर गेले दोन तास उभी होती. शून्याखाली साठ अंशांच्या गारठ्यात, पन्नास-पन्नास पौंड पिठाच्या वीस थैल्या भरलेल्या त्या गाडीच्या घसरदांड्यांभोवतीचा बर्फ गोठून ती गाडी जागेवरच खिळून गेली होती. बक ती गाडी हालवू शकणार नाही यावर

दोनास एकचा भाव चालला होता. 'गाडी बर्फातून मोकळी करणं' या पैजेतल्या शब्दांवर जरा वादावादी झाली. ओब्रायनचा असा युक्तिवाद होता की, दांड्यांभोवतीचा गोठलेला बर्फ फोडायचा पूर्ण अधिकार थॉरटनला आहे. ते झाल्यावर तिथली घसरगाडी ओढून बक ती जागा रिकामी करेल. पण दांड्यांभोवतीचा गोठलेला बर्फ बकनंच तोडला पहिजे यावर तो मॅथ्युसन मात्र अडून बसला होता. पैज लावायच्या वेळी हजर असणाऱ्या बहुसंख्य मंडळींनीही मॅथ्युसनला दुजोरा दिला, आणि आता मात्र बक ती गाडी हालवूच शकणार नाही यावर 'तिनास एक' असा भाव फुटला. तरीही बकच्या बाजूनं पैसे लावायला कुणाचीही तयारी नव्हती. ही कामगिरी तो करून दाखवेल, याचा कुणालाच भरवसा वाटत नव्हता. थॉरटननं पैज लावायला अंमळ घाईच केलीय, असंच सगळ्यांचं मत झालं होतं. स्वतः थॉरटननं बर्फात गोठून बसलेली ती गाडी बघितली आणि त्याच्याही मनात शंकेनं घर केलं. आणि त्या गाडीसमोर विसावलेली, गाडी ओढणारी नेहमीची दहा कुत्री बघताच त्याच्या शंकेला तर बळकटीच मिळाली आणि दुसरीकडे स्वतःच पैज जिंकल्याचं तेव्हापासूनच मॅथ्युसन धरून चालला.

"चल, तीनला एक," त्यानं पुकारलं, "थॉरटन, बघ. अजून हजार ठेवतो माझे! बोल काय म्हणतोस ?"

थॉरटनला वाटणारी शंका त्याच्या चेहेऱ्यावर स्पष्टपणानं वाचता येत होती. तरीही त्याच्यातली लढण्याची खुमखुमी त्याला स्वस्थ बसू देत नव्हती आणि आव्हानातली अशक्यता त्याच्या मेंदूपर्यंत जातच नव्हती. त्याची पैज वगळता आजूबाजूला चाललेला गदारोळ त्याला जाणवतच नव्हता. त्या ऊर्मीनं त्याला पुरतं बधिर करून टाकलं होतं. त्यानं हान्स आणि पीट यांना जवळ बोलावून पैशांची विचारणा केली. त्यांच्याकडेही काही फार पैसे नव्हते. मित्रांचे आणि त्याचे मिळून फार तर दोनशे डॉलर उभे राहत होते. सध्या त्यांच्या भाग्यानंही त्यांच्याकडे पाठ फिरवल्यानं त्यांच्याकडे जेमतेम तेवढीच पुंजी होती. पण तरीसुद्धा मॅथ्युसनच्या सहाशे डॉलरला टक्कर देण्यासाठी कोणतीही अनिश्चितता त्यांच्या मनात उभी राहिली नाही.

गाडीला जुंपलेल्या दहा कुत्र्यांना मोकळं करून बकला त्याच्या हार्नेसनं गाडीला जुंपलं गेलं. आजूबाजूला चाललेल्या खळबळीची जाणीव बकलाही झाली होती. त्याच्या प्रिय धन्यासाठी, जॉन थॉरटनसाठी काहीतरी करून दाखवायला

तोही सज्ज झाला होता. त्याच्यावर नजर पडताच मात्र जमावातून कौतुकाच्या शब्दांची कुजबुज सुरू झाली. दीडशे पौंडांच्या त्याच्या दणकट देहावर फाजील चरबीचा लवलेशही नव्हता. त्या दीडशे पौंडांमध्ये मिळवल्या गेलेल्या त्याच्या तारुण्याच्या जोशानं आणि त्याच्या निधडेपणानं त्याला अधिकच उमदा बनवून टाकलं होतं. त्याच्या अंगावरच्या केसांना रेशमाची झळाळी होती. बकच्या प्रत्येक हालचालीसरशी त्याच्या मानेखाली आणि खांद्यांवर फुललेल्या दाट आयाळीतला केसन्‌केस असा हालायचा की, जणू तारुण्याच्या भरतीनं जिवंत होऊन तो केसन्‌केस स्वतंत्रपणानं हालचाल करतोय. त्याच्या भव्य छातीला आणि पुढच्या मजबूत पायांना सुसंगत असंच त्याचं बाकीचं शरीर होतं. कातडीखाली उठून दिसणारा स्नायून्‌स्नायू घट्ट आणि पीळदार होता. त्या स्नायूंमध्ये पोलादाचा कणखरपणा असणारच याची निश्चित खात्री लोकांना पटली, आणि त्याच्यावर लागलेल्या सट्ट्याचा भाव मग तिनास एकवरून दोनास एक असा झाला.

"कसला कुत्राय! मानला आपण!" नव्या पिढीतला एक टग्या तोतरत बरळला, "ए भाऊ, चल, आठशे डॉलर मोजतो मी. तेपण तुमच्या पैजेच्या आधी. दे मला हा कुत्रा. आत्ताच्या आत्ता देतो आठशे! बोल. विकणार काय?"

त्यावर नकारार्थी मान हालवून थॉरटन बकपाशी गेला.

"हां हां, तू कुत्र्यापासून लांब थांबायचंय." मॅथ्युसननं हरकत घेतली, "दूर थांबायचं आणि नियमानं खेळायचं."

जमाव चिडीचूप झाला होता. सट्टेवाल्याचा दोनला एक असा निष्फळ पुकारा तेवढा ऐकायला येत होता. बक अफलातून आहे हे प्रत्येकानंच मान्य केलं होतं. पण गाडीत रचलेली पिठाच्या वीस पोत्यांची रास मात्र प्रत्येकाला त्याच्या पैशाच्या बटव्याची नाडी ढिली करण्यापासून थांबवत होती.

बकशेजारी येऊन थॉरटन गुडघ्यांवर बसला. बकचं डोकं आपल्या ओंजळीत घेऊन त्यानं आपला गाल बकच्या गालावर घासला. आज मात्र नेहमीच्या शिरस्त्यानुसार त्यानं बकला झुलवलं नाही की त्याला प्रेमाच्या शिव्या दिल्या नाहीत. बकच्या कानात तो फक्त एवढंच पुटपुटला, "माझ्यावर तुझी माया आहे ना बक?" त्यावर उत्तर म्हणून बकनं त्याचा आवेग दाबून कण्हल्यासारखा क्षीणसा आवाज काढला.

जमावाच्या चौकस नजरा त्या दोघांवरच खिळून राहिल्या. त्यांच्यासमोरचं

नाट्य क्षणाक्षणाला गूढ वळण घेत होतं. जसा थॉरटन पुन्हा त्याच्या पायांवर उभा झाला, तसा थॉरटनचा मोजे घातलेला पंजा बकनं स्वतःच्या जबड्यात पकडला, आणि हलकेच चावून सोडायला जिवावर आल्यागत सोडून दिला. कोणत्याही शब्दांशिवाय अतीव प्रेमानं बकनं दिलेलं ते उत्तर होतं. थॉरटन मागे सरकला.

''बक तयार?'' थॉरटन ओरडून म्हणाला.

बकनं जुंपलेल्या पट्ट्यांना एकवार ताण दिला, आणि नंतर त्यांना काही इंच ढील दिली. त्याला असंच शिकवलं गेलं होतं.

''गीऽऽ'' उजव्या बाजूला वळण्यासाठी थॉरटननं दिलेल्या आज्ञेचे शब्द त्या तणावपूर्ण शांततेमध्ये गर्जून उठले.

त्या आज्ञेसरशी स्वतःला पूर्ण झोकून बक उजव्या बाजूला गर्रकन वळला. त्याच्या त्या दीडशे पौंड ताकदवान देहाच्या वळण्यातल्या ताकदीनं ढिलावलेल्या पट्ट्यांना जोरदार हिसका बसला, आणि त्या हिसक्यानं भरलेल्या मालासकट ती गाडी पूर्णतः थरथरली आणि गाडीच्या घसरदांड्यांभोवतीचा बर्फ तडकल्याचा आवाज उमटला.

''हॉवऽऽ'' थॉरटननं पुन्हा आज्ञा केली.

जी कृती याआधी बकनं उजवीकडे वळण्यासाठी केली होती, त्याच कृतीची त्यानं डावीकडेही पुनरावृत्ती केली. या वेळी मात्र बर्फातून उमटणाऱ्या तडकण्याच्या आवाजाचं रूपांतर काहीतरी काडकन मोडून पडण्याच्या आवाजात झालं. चाकोरीत गुंतलेल्या त्या दांड्या मोकळ्या होऊन, कर्कश आवाज करत ती गाडी काही इंच जागेवर फिरली. बर्फात गोठून बसलेली गाडी मोकळी झाली होती. जे घडलं होतं, त्यानं भान हरपून लोकांचे श्वास काही क्षण जागच्या जागी थांबले.

''चल आता, मूश. ....''

पिस्तुलातून गोळी सुटल्यासारखे थॉरटनच्या आज्ञेचे शब्द कडाडले. त्यासरशी ते करकरणारे पट्टे पूर्ण ताकदीनं ताणत बकनं स्वतःला पुढे लोटून दिलं. त्याच्या शरीरातला कणनूकण त्या पट्ट्यांना खेचण्यासाठी जणू एकवटला होता. त्या सुंदर कातडीखालचा स्नायूनूस्नायू सजीव झाला होता आणि लावलेल्या पाशवी ताकदीनं जणू पिळवटून निघाला होता. त्याचं डोकं पुढे ताणलं गेलं होतं, त्याची भव्य छाती जमिनीला स्पर्श करू पाहत होती. आणि नेट लावण्यासाठी बर्फात पंजे रोवण्यासाठी चाललेल्या त्याच्या पायांच्या आटापिट्यामुळे त्या

बर्फावर समांतर आणि खोल ओरखड्यांच्या खुणा उमटत होत्या.

त्याच्या हिसक्यांसरशी ती गाडी जागेवरच हेलकावे खात होती, थरथरत होती. अत्यंत ताकदीनं नेट लावलेला त्याचा पाय बर्फावरून एकदा सटकला. त्यासरशी न राहवून बघ्यांपैकी एकानं किंकाळीच फोडली. मात्र एका क्षणी झोकांड्या खात असल्यासारखी आधी अर्धा इंच ..., मग एक इंच .... मग दोन इंच असं करताकरता, गचक्यागचक्यानं गाडी जी सुरू झाली, ती काही परत थांबलीच नाही. तिच्या पुढे सरकण्याचा वेग जसा वाढत गेला, तसे ते गचके बसणंही थांबून गेलं आणि एकसमान गतीनं ती गाडी बर्फावरून ठामपणानं पुढे सरकायला लागली.

भोवतालच्या लोकांचा तर श्वासच आत बंद पडला आणि यथावकाश पुन्हा चालू झाला. काही क्षण आपला श्वास बंद झाला होता याचंही भान लोकांना नव्हतं. बकला उत्तेजन देणारे शब्द मोठमोठ्यानं ओरडत थॉरटन गाडीमागून पळत होता. बकनं किती अंतर चालायचंय हे आधीच मापून ठेवलं गेलं होतं. शंभर यार्डांवरच्या खुणेच्या त्या सरपणाच्या ढिगाऱ्याजवळ गाडी जशी यायला लागली, तसा लोकांचा जल्लोश वाढत चालला. जेव्हा तो सरपणाचा ढीग गाडीनं ओलांडला आणि ती थांबली, तेव्हा त्या जल्लोशानं कळस गाठला. प्रत्येकानंच स्वतःला मुक्तपणानं उधळून दिलं. त्या जल्लोशात मॅथ्युसनदेखील सामील झाला होता. हातमोजे आणि टोप्या वर भिरकावल्या गेल्या. जो-तो एकमेकाशी हात मिळवत होता. आणि त्यासाठी कुणालाच कसलीही ओळखदेख लागत नव्हती. नुसती धमाल उडवून दिली लोकांनी!

थॉरटननं तर स्वतःला बकवर केव्हाच झोकून दिलं होतं. गुडघ्यांवर बसून त्याच्या डोक्याशी आपलं डोकं भिडवून तो बकला मागेपुढे घुसळून टाकत होता. थॉरटनच्या तोंडातून बकसाठी होणारा शेलक्या शिव्यांचा वर्षाव आजूबाजूच्या लोकांच्या कानांवर पडत होता. पण त्या शिव्यांमधून आपल्या उचंबळणाऱ्या प्रेमालाच थॉरटन वाट करून देत होता.

"देवा शप्पथ! मानला, मानला. कसला जबरी कुत्रा आहे!" मघाचाच तो नव्या पिढीतला टग्या म्हणत होता, "ओ भाऊ, हजार घ्या पायजे तर, चला बाराशे देतो."

थॉरटन त्याच्या पायांवर उभा झाला. त्याचे डोळे पाण्यानं डबडबले होते. वाहणाऱ्या अश्रूंनी त्याचे गाल ओले झाले होते. "भाऊऽऽ" तो म्हणाला,

''विकायला नाही आणलाय मी कुत्रा! तू आणि तुझे बाराशे गेलात तेल लावत.''

त्यासरशी बकनं थॉरटनचा हात त्याच्या जबड्यात घट्ट धरला. आणि हिसक्याहिसक्यांनी थॉरटननंही त्याला पार हेलकावून टाकला. कुणीही न सांगतासवरता आपोआपच आजूबाजूचे लोक त्या दोघांपासून जरा दूर उभे राहिले. तेवढा समंजसपणा लोकांमध्ये होताच.

७

▪

आणि त्या हाकांचा ठाव

अवघ्या पाच मिनिटांमध्ये बकनं जॉन थॉरटनला अशा तऱ्हेनं नगद सोळाशे डॉलर कमावून दिले. त्यातून थॉरटनला त्याची बरीचशी देणी चुकती करता आली. आता बरेच दिवस त्याच्या मनात घोळत असलेल्या, पूर्व भागातल्या त्या भागाइतकाच जुना इतिहास असलेल्या, आणि आता दंतकथा बनून गेलेल्या त्या अज्ञात खाणीच्या शोधमोहिमेचा बेत त्याच्या सहकाऱ्यांच्या साथीनं अमलात आणणं शक्य झालं. अनेकांनी त्या खाणीचा शोध घेण्याचा प्रयत्न केला होता. त्यातल्या फार थोड्यांना तिचा शोध लागला होता आणि त्या शोध लागलेल्या थोड्यांपैकीदेखील बरेच जण कधीच परतून आले नव्हते. रहस्याचं गूढ वलय असणाऱ्या त्या खाणीबाबत अनेक शोकांतिका सांगितल्या जात. ज्यानं त्या खाणीचा शोध लावला होता, त्या आदिम आणि अज्ञात माणसापाशी त्या प्रांतातल्या जुन्यातजुन्या लोककथाही पोहोचत नव्हत्या. खाणीशेजारच्या भग्नावस्थेतल्या त्या प्राचीन केबिनबद्दलही बरंच बोललं जायचं. त्या खाणीची खूण बनून गेलेल्या त्या केबिनबद्दल आणि त्या खाणीत सापडणाऱ्या, अख्ख्या उत्तरेतल्या सर्वांत शुद्ध सोन्याच्या साठ्याबद्दल, काहीकाही मरणासन्न लोकांनीदेखील शपथेवर निर्वाळा दिला होता. पण अजून एकाही माणसाला त्याच्या जिवंतपणी तिथली संपत्ती त्याच्या घरापर्यंत आणता आली नव्हती. त्या खटपटीत जे मेले, ते तर स्वतःही घरी परत येऊ शकले नव्हते.

त्याच संपत्तीच्या शोधात आता थॉरटन, हान्स आणि पीट या तिघांनी बक आणि इतर सहा कुत्र्यांसमवेत पूर्वेकडे प्रस्थान ठेवलं. थॉरटनइतक्याच लायक असणाऱ्या अनेकांना अपयशाचा धनी करणाऱ्या त्या अज्ञात खाणीच्या शोधात

आता हेही निघाले होते. युकॉनच्या उगमाकडे ७० मैल घसरगाडीवरून प्रवास करून ते डावीकडे वळले आणि त्यांनी स्टीवर्ट नदीच्या पात्रातून प्रवास चालू केला. मायो आणि मॅकक्वेस्टन सरोवरं पार करून त्यांची वाटचाल पुढे सुरू झाली. ज्या ठिकाणी ती स्टीवर्ट नदी कडेकपाऱ्यांमधून ओघळाच्या रूपानं वाहत होती, त्या खंडाचा कणा असलेल्या पर्वतरांगांपर्यंत ते येऊन पोहोचले.

माणूस असो की निसर्ग, दोघांकडूनही थॉरटनच्या फार अपेक्षा नसायच्या. रानावनाची तर त्याला भीतीच नव्हती. जंगलातून फिरताना त्याची रायफल आणि मूठभर मीठ त्याच्याबरोबर असलं, तरी त्याला बास व्हायचं. मग त्याला आवडेल तिथे आणि आवडेल तितका वेळ रानामध्ये कितीही आतवर तो बिनधास्त फिरू शकायचा. त्याला कसली घाई नसायची की कसली गडबड नसायची. रानटी आदिवासींसारखाच तोही त्याचं खाणं चालताचालता मिळवायचा आणि नाही मिळालंच, तर 'मिळेल थोड्या वेळानं' या विश्वासानं त्या रानटी आदिवासींसारखाच त्याची वाट चालत राहायचा. त्यामुळे पूर्वेकडे चाललेल्या त्यांच्या प्रवासात चरबीदार मांस हा त्यांच्या जेवणामधला एकमेव पदार्थ होता. दारूगोळा, हत्यारं आणि अवजारं हे त्यांचं सामानसुमान होतं आणि त्यांच्या प्रवासाचा कालावधी येणारा काळच ठरवणार होता.

त्या अनोळखी प्रांतामधल्या मनसोक्त भटकंतीमुळे, तिथली शिकार आणि मासेमारी यांच्यामुळे बक बाकी भलताच खूश होऊन गेला होता. कधीकधी दिवसांमागून दिवस, आठवड्यांमागून आठवडे त्यांची भटकंती चालूच राहायची. तर कधीकधी कित्येक आठवडे ते एकाच ठिकाणी तळ ठोकून राहायचे. जिथे सगळी कुत्री इथेतिथे उंडारत राहायची आणि ते तिघं बाष्पे गोठून गेलेल्या तिथल्या जमिनीला भोकं पाडून, भांडी भरभरून गाळ आणि माती शेकोटीपाशी हपापल्यासारखे धूत बसायचे. कधी नशिबानं चांगली शिकार मिळाली, तर मस्त मेजवानी व्हायची. नाही मिळाली, तर उपास करावा लागायचा. वसंतऋतू आला, त्यासरशी कधी कुत्र्यांच्या पाठींवर सामानसुमान लादून, तर कधी तिथल्याच जंगलातली झाडं तोडून बनवलेल्या कामचलाऊ होडक्यांमधून अनेक अनोळखी नद्या, तळी आणि पर्वत पार करत त्यांची भटकंती चालूच राहिली.

महिन्यांमागून महिने गेले. इतस्ततः भटकत; निर्मनुष्य, विस्तीर्ण आणि अज्ञात प्रदेशातल्या त्या काहीच लोकांनी बघितलेल्या आणि होत्या की नव्हत्या याची खात्रीही नसणाऱ्या त्या केबिनच्या शोधाची त्यांची मोहीम तशीच चालू

राहिली. कधी उन्हाळी हिमवादळातून नद्यानद्यांमधली टेकाडं ओलांडत, कधी अनंत काळापासून साठलेल्या हिमानं आणि वृक्षराजींनी वेढलेल्या निष्पर्ण पर्वतांवर भर मध्यरात्रीच्या सूर्याखाली थंडीनं कुडकुडत, कधी माश्याचिलटांनी घोंगावणाऱ्या दऱ्याखोऱ्यांतून प्रवास करत, तर कधी हिमनद्यांच्या काठांवरच्या बहरलेल्या खास उत्तरेकडच्या फुलांच्या आणि स्ट्रॉबेरीजच्या मांडवांखालून चालत त्यांची वाटचाल सुरूच राहिली. वर्ष सरतासरता पानगळीच्या शिशिरात त्यांनी शांत आणि गूढ तलावांच्या प्रदेशात प्रवेश केला. पूर्वी कधी काळी रानटी पक्ष्यांनी तिथे वास्तव्य केलं असेलही, पण आता मात्र सजीवपणाची एकही खूण तिथे दिसत नव्हती. घोंगावणारे थंडगार वारे, किनाऱ्यावर आदळणाऱ्या पाण्याच्या उदास लाटा आणि तळाच्या आडोशाला जमणाऱ्या बर्फाची तडतड वगळता दुसरा शब्द तिथे उमटत नव्हता.

पूर्वी कधीकाळी येऊन गेलेल्या माणसांच्या पाऊलखुणांचा शोध सलग दुसऱ्या हिवाळ्यात ते घेत होते. असंच एकदा जंगलामधून जात असताना एका ठिकाणी उमटलेल्या एका पुरातन पायवाटेच्या खुणा त्यांना गवसल्या. आता जवळच कुठेतरी ती पडकी केबिन असणार, अशा बळावलेल्या आशेनं त्यांनी त्या पायवाटेचा पाठपुरावा केला. पण त्या पायवाटेचा आरंभ आणि शेवट दोन्हीही काळाच्या उदरात लुप्त होऊन गेले होते. त्यामुळे ती वाट कुणी तयार केली आणि कशाकरता केली, हे कोडं त्या वाटेसारखंच अगम्य होऊन गेलं. पुढे असंच एकदा, त्यांना शिकाऱ्यांच्या मोडकळून पडायला आलेल्या एका जुनाट झोपडीचे अवशेष सापडले. तिथे थॉरटनला जीर्ण ब्लँकेट्सखाली लांब नळीची ठासणीची एक बंदूक मिळाली. खूप पूर्वी ईशान्येकडची 'हडसन बे' कंपनी असल्या बंदुका बनवायची. त्या बंदुकीच्या लांबीइतक्या जाडीच्या, बीवरच्या कातडीच्या गठ्ठ्याइतकी त्या बंदुकीची किंमत असायची. त्या ब्लँकेट्सच्या ढिगाखाली बंदूक ठेवलेल्या आणि कधी काळी त्या कुटीचा आसरा घेतलेल्या माणसाची दुसरी कोणतीही खूण मात्र तिथे नव्हती.

पुन्हा एकदा वसंताचं आगमन झालं. ज्या अज्ञात केबिनच्या शोधासाठी त्यांनी एवढी भटकंती केली होती, तिचा शोध काही त्यांना लागला नव्हता. पण त्यांच्या भटकंतीच्या अखेरीस त्यांना एक उथळशी खोलगट दरी आढळली. निवलेल्या कढईत तळाशी जसं लोणी गोठून बसतं, तसंच त्या दरीच्या खोलगट बुडामध्ये पिवळंधमक सोनं चमकत होतं. आता पुढे काही शोधण्याचं कारणच

नव्हतं. त्यांचा शोध संपला होता. मात्र त्यांची खरी मेहनत आता सुरू झाली. रोजच्या रोज मिळणाऱ्या सोन्याच्या शुद्ध कणांनी आणि ढेकळांनी त्यांची मिळकत हजारो डॉलरनी वाढायला लागली. हरीणकातडीच्या पिशव्यांमध्ये सोनं भरलं जायला लागलं. पन्नास पौंडांची एक पिशवी. अशा त्या पिशव्यांची स्प्रूसच्या लाकूडफाट्यापासून त्यांनी उभारलेल्या झोपडीवजा निवासस्थानासमोर रास रचली जायला लागली. ते तिघंही अक्षरशः राक्षसासारखे खपत होते. स्वप्नात असल्यासारखा त्यांचा एकेक दिवस उगवत होता आणि मावळत होता.

अध्येमध्ये थॉरटननं केलेल्या शिकारी ओढून आणण्याव्यतिरिक्त कुत्र्यांना आता काही कामच नव्हतं. थातूरमातूर कामं वगळता बकचा रिकामा वेळ शेकोटीशेजारीच जायचा. शेकोटीच्या ज्वाळांकडे एकटक बघत त्याचं चिंतन चालायचं. तो आखूड पायांचा माणूस त्याला पुन्हा एकदा दिसायला लागला होता. त्या माणसाबरोबर परत एकदा बकचं दुसऱ्याच कोणत्यातरी जगात फेरफटका मारणं सुरू झालं.

या दुसऱ्या जागेसंबंधी बकला ठळकपणानं जाणवून येणारी बाब म्हणजे त्या ठिकाणी दाटलेलं भयाचं गडद सावट! जेव्हाजेव्हा बक त्या माणसाला जाळाशेजारी त्याचं डोकं गुडघ्यांमध्ये घालून आणि त्यावर आपल्या हातांचं आच्छादन करून झोप घेताना पाहायचा, तेव्हा त्याची झोप किती अस्वस्थ आहे, तो वारंवार दचकून उठत कसा त्या अंधारामध्ये डोळे फाडून बघतोय आणि त्या शेकोटीत आणखी लाकडं खुपसून ती कशी अजून फुलवतोय, हे त्याला दिसायचं. बकसमवेत समुद्रकिनाऱ्यावरून चालताचालताच तो माणूस वाटेतले शिंपले उचलायचा आणि उभ्याउभ्या तोंडात टाकायचा, पण त्याही वेळी त्याची नजर लपलेल्या संकटाचा ठाव घेण्यासाठी भिरभिरत असायची. धोक्याच्या चाहुलीसरशी वाऱ्याच्या वेगानं पसार होण्यासाठी त्याचे पाय सदा सज्ज असायचे. दाट जंगलामधून जेव्हा चोरटेपणानं तो माणूस आणि त्याची पाऊलराखण करणारा बक पावलं टाकायचे, तेव्हा आपल्या पायांचा अजिबात आवाज येणार नाही याबद्दल दोघंही कमालीचे दक्ष आणि सावध असायचे. त्या माणसाची श्रवणेंद्रियं आणि घ्राणेंद्रियं बकइतकीच तीक्ष्ण होती. बकसारखंच थरथरत्या नाकपुड्यांनी आणि टवकारलेल्या कानांनी तो माणूस संकटाची चाहूल घ्यायचा. कोणत्याही क्षणी वर झेप घेऊन झाडावर जायला तो सज्ज असायचा. जेवढ्या सहजपणानं तो जमिनीवर चालायचा, तेवढ्याच सहजपणानं

आणि सफाईनं या फांदीवरून त्या फांदीवर, अगदी बाराबारा फुटांची छलांग मारत पुढे जाऊ शकायचा. कधी त्याची पकड सुटायची नाही की कधी तो कोसळायचा नाही. झाडावरच फांदी पकडून एखाद्या पक्ष्यासारखी बैठक घेत तो झोपायचा. त्या वेळी झाडाखाली दिलेल्या खड्या पहाऱ्याच्या आठवणीही बकच्या मनामध्ये जाग्या व्हायच्या.

त्याच्या अशा भावसमाधीमध्ये त्याला दर्शन देणाऱ्या त्या केसाळ माणसाशी गोत्र सांगणाऱ्या सादांचे ध्वनी मात्र अजूनही त्या जंगलातून खोलवरून उमटत होते. त्याच्यात एक वेगळीच असोशी निर्माण करणाऱ्या आणि त्याला अस्वस्थ करून टाकणाऱ्या आवाजांनी का कोण जाणे, त्याच्यामध्ये एक वेगळीच आणि गोड हुरहुर जागी व्हायची आणि ही ओळखीची वाटणारी उत्कंठा त्याच्यात जागवणारी नेमकी गोष्ट आहे तरी कोणती हे मात्र त्याला कळायचं नाही. हा भास नसून वास्तवातलं काही आहे, या भावनेनं त्याचा माग काढण्यासाठी, त्या-त्या वेळेच्या त्याच्या मनाच्या कलानुसार, कधी हलकेच तर कधी उद्धटपणानं भुंकत तो रानात घुसायचा. शेवाळलेल्या थंडगार पाचोळ्यात नाक खुपसून, किंवा उंच गवत वाढलेल्या काळ्याशार जमिनीच्या वासानं बेहोश होऊन, त्याच्या आजूबाजूच्या हालणाऱ्या आणि आवाज करणाऱ्या प्रत्येक गोष्टीसाठी कान आणि डोळे टवकारून, तो पडलेल्या झाडांच्या बुरसटलेल्या बुंध्यामागे तासन्‌तास दबा धरून बसायचा. तो अशा थाटात बसायचा की, जणू त्याला कोड्यात टाकणाऱ्या त्या अनामिक गोष्टीला त्याला गमतीनं दचकावून टाकायचं असावं. पण या गोष्टी तो का करतो, किंवा त्याच्याकडून कोण करवून घेतो याचं उत्तर मात्र त्याला ठाऊक नसायचं.

कधी या अबोध प्रेरणा अनावर होऊन त्याचा ताबा घ्यायच्या. दिवसाच्या उबेमध्ये आळसावून डुलक्या घेणारा बक मग मान ताठ करून डोकं उंचावायचा. काहीतरी बारकाईनं ऐकत असल्यासारखे त्याचे कान टवकारून उभे व्हायचे आणि अचानक एका झटक्यात उभा राहून, आकस्मिक सणक आल्यासारखा तो सुसाट धावत सुटायचा. जंगलवाटांवरून, कुसळ गवत वाढलेल्या पठारावरून तो तासन्‌तास धावत राहायचा. कोरड्या पडलेल्या नदीपात्रामधून दमेस्तोवर धावायला आणि अजिबात आवाज न करता चोरटेपणानं पक्ष्यांवर नजर ठेवायला त्याला फार आवडायचं. तितर पक्ष्यांचं मोठ्या तोऱ्यानं वरखाली हेलकावे घेत चाललेलं फडफडतं उडणं एखाद्या दिवशी झुडपांमध्ये पडून राहत तो बघत

बसायचा. पण नीरव शांततेच्या साम्राज्यातली जंगलाची पेंगुळती सळसळ ऐकत, उमटणारे आवाज आणि मिळणारे संकेत या गोष्टी माणसानं एखादं पुस्तक वाचावं तशा वाचणं आणि तो झोपला असताना किंवा जागा असताना सदैव हाक मारणाऱ्या त्या कुणा अनामिकाचा शोध घेणं, त्या जंगलात बेभान होऊन वाऱ्यासारखं पळणं या सगळ्या गोष्टी त्याला सर्वांत जास्त प्रिय होत्या.

असाच एका रात्री तो झोपेतून दचकून जागा झाला. तो डोळे विस्फारून आणि कान टवकारून कसलासा वेध घेऊ लागला. त्याच्या मानेवरचा केसनूकेस उभा राहिला होता. परत एकदा त्या जंगलातून त्याला ती साद ऐकायला येत होती. त्याच्या कानांवर त्या हाकेचा एकच स्वर पडत होता, तरीही अनेक सुरांनी मिळून ती हाक आळवली जात होती. हस्की कुत्र्यांच्या विव्हळ आरोळीसारखी भासणारी, पण प्रत्यक्षात तशी नसणारी; आणि खूप पूर्वी ऐकलेली, पण तरीही फार जवळची वाटणारी अशी ती विलक्षण हाक होती. तळावर सगळीकडे सामसूम होती. निद्रेच्या अधीन असणाऱ्या तळावरून तो हलकेच निघाला आणि नीरव पावलांनी त्या रानातून त्या हाकेच्या दिशेनं धावायला लागला. जसं त्या हाकांचं उगमस्थान जवळ जवळ यायला लागलं, तसा त्यानं त्याचा वेग जरा आवरला आणि कमालीच्या सावधानतेनं हालचाल करत, झाडीतल्या मोकळ्या जागेशी येऊन ठेपला. समोर पाहिलं तर तो होता संपूर्ण शरीर वरच्या दिशेनं ताठ करून आकाशाकडे नाक करून आरोळी देणारा लांब आणि सडसडीत शरीराचा रानलांडगा.

वास्तविक बकनं कोणताही आवाज केला नव्हता, तरी त्या लांडग्याला बकची चाहूल बरोबर लागली आणि त्याचं आरोळी देणं तत्काळ थांबलं. शेपूट ताठ आणि सरळ करत, सारं शरीर आक्रसून घेत दबक्या पावलांनी बकनं त्या मोकळ्या जागेत प्रवेश केला. आज त्याच्या प्रत्येक पावलामध्ये त्याच्या नेहमीच्या शिरस्त्यात नसलेली कमालीची सावधानता होती. त्याच्या प्रत्येक हालचालीतून जरबेची दहशत आणि मैत्रीचं सूतोवाच एकाच वेळी उमटत होतं. दोन शिकारी पशूंच्या भेटीदरम्यान पाळल्या जाणाऱ्या युद्धबंदी-कराराचं ते जणू प्रतीकच होतं. परंतु जशी त्या लांडग्याची नजर बकवर पडली, तसा तो झपाट्यानं तिथून हालला आणि धावत सुटला. त्याच्यापाठोपाठ त्याला गाठण्यासाठी, लांबलांब झेपा घेत बक उतावीळपणानं धावायला लागला. धावताधावता नदीला मिळणाऱ्या एका ओढ्यात दोघं घुसले आणि धावायला

लागले. पात्रामध्येच उगवलेल्या झाडांमुळे नैसर्गिक कुंपण तयार होऊन त्यांचा पुढचा रस्ता बंद झाला होता. लांडगा त्या कुंपणापाशी पोहोचला आणि आपल्या मागच्या पायांवर गर्रकन वळला. बकच्या माहितीतली हस्की कुत्री किंवा तो ज्यो हे अगदी असेच वळायचे. मानेवरचे केस फुलवून गुरगुरत आणि जबड्याचे दात वाजवत तो लांडगा बकला सामोरा गेला.

बकनं मात्र हल्ल्याचा कोणताही प्रयत्न केला नाही. उलट त्या लांडग्याला वळसा घालून हालचालींमधून मैत्री व्यक्त करत बकनं केवळ त्याला अडवण्याचा प्रयत्न केला. लांडग्याच्या मनात मात्र अजूनही शंका होती. बकच्या खांद्यांपर्यंत त्या लांडग्याचं डोकं जेमतेम पोहोचत होतं, तर बक वजनाला त्याच्या तिप्पट होता. कदाचित त्यामुळे त्या लांडग्याला बकचं भय वाटत असावं. संधी मिळाली तसा तो लांडगा पुन्हा सटकला आणि धावत सुटला. बकनं परत त्याचा पाठलाग आरंभला, त्याला परत गाठलं आणि पुन्हा एकदा पहिल्यासारखी त्याची कोंडी केली. तुलनेनं लांडगा जरा दुबळा असल्यानंच केवळ बक त्याला गाठू शकला होता. परतपरत हेच घडत राहिलं. बकनं लांडग्याची कोंडी करायची संधी शोधून त्या लांडग्यानं तिथून पळतापळता बकचं तोंड त्याच्या बगलेशी येतंय, तोच झटक्यात उलटं वळून विरुद्ध दिशेला धाव घ्यायची. दोघांचाही हाच कार्यक्रम बराच वेळ चालला.

जेव्हा लांडग्याला कळून चुकलं की, बककडून त्याला कोणताही धोका नाही आणि त्याचे हेतू साफ आहेत, तेव्हा मात्र त्यानं बकच्या नाकाला स्वतःचं नाक लावलं. ज्या ठामपणानं बकनं मैत्रीचा हेका धरला होता, त्याचं फळ त्याला सरतेशेवटी मिळालं. एकमेकांना हुंगून त्यांनी त्यांच्या दोस्तीवर शिक्कामोर्तब केलं. नंतर बराच वेळ दोघंही त्यांच्यावर नेहमी होणाऱ्या हिंस्रपणाच्या आरोपाला छेद देणाऱ्या लाजऱ्या संकोचानं बागडले. जराशानं हलकेच बाजूला उसळत त्या लांडग्यानं हालचालींमधून व्यक्त केलं की, त्याला कुठेतरी जायचं आहे. त्याच्याबरोबर बकनंही यावं हेही त्यानं सूचित केलं. लागलीच दोघंही जोडीनं त्या खिन्न संधिप्रकाशातून धावत ओढ्याच्या पात्रात घुसले. ज्या घळीतून ते ओढ्याचं पाणी पडत होतं, ती घळ चढून ते ओढ्यालगतच्या उजाड टेकडीच्या पायथ्याशी आले.

थंडगार वारा घोंघावणारी उजाड टेकडी ओलांडून पलीकडच्या घनदाट झाडीनी आणि लहानमोठ्या ओहळांनी समृद्ध अशा एका सपाटीवर दोघं आले.

अनेक तास त्या झाडीमधून आणि ओहळांमधून ते दोघं संथ गतीनं धावत होते. सूर्य आता बराच वर आला होता. त्याची ऊब जाणवत होती. बकला तर फारच छान वाटत होतं. त्या अनामिक वाटणाऱ्या हाकांना त्यानं आज पहिल्यांदाच प्रतिसाद दिला होता. त्याच्या त्या जंगली भावाबरोबर तो आता त्या हाकांच्या उगमस्थानाकडे निघाला होता. त्याच्या मनात पुन्हा एकदा त्या जुन्या आठवणींची गर्दी व्हायला लागली. आता फक्त आठवणींची सावली बनून राहिलेल्या त्या जुन्या वास्तवात तो जसा उत्साहित होत असे, तशीच चेतना आज त्याच्यात जागी झाली होती. त्याला अंधूकपणानं आठवणाऱ्या त्या दुसऱ्या जगात हीच गोष्ट त्यानं अनेकदा केली होती आणि अथांग आकाशाखालच्या मुक्त भूमीवरून आनंदानं धावत त्या आठवणी ... पूर्वस्मृती आज तो प्रत्यक्ष जगत होता.

एका ओहळापाशी पाणी प्यायला म्हणून ते दोघं थांबले आणि त्याच वेळी बकला जॉन थॉरटनची तीव्र आठवण झाली. त्याला त्या हाकांच्या उगमाकडे घेऊन जाणारा लांडगा पुढे निघाला होता. पण बक जागेवरच बसला. पुढे गेलेला लांडगा थबकला आणि माघारी आला. बकच्या नाकाला हुंगत स्वतःबरोबर येण्यासाठी तो बकला भरीस घालायला लागला. परंतु बक मात्र संथ पावलांनी माघारी वळला. बकला काकुळतीच्या आवाजात विनवत तो लांडगा तासभर तरी बकच्या बरोबरीनं पळत राहिला. अखेर एका ठिकाणी मात्र लांडगा खाली बसला आणि नाक वर करून त्यानं टाहो फोडल्यासारखी आरोळी ठोकली. पण तरीही बक पुढे जातच राहिला. त्या शोकाकुल लांडग्याचं विव्हल स्वरातलं ओरडणं पाठीमागून बराच वेळ ऐकू येत राहिलं आणि नंतर त्याचा आवाज हळूहळू अस्पष्ट होत गेला.

बक तळावर परतला, त्या वेळी थॉरटन जेवत होता. तळावर घुसताच अतीव प्रेमानं बकनं स्वतःला थॉरटनवर झोकून दिलं आणि ज्याला थॉरटन खुळे चाळे म्हणायचा तसे चाळे करत, त्याला पार कोलमडून टाकत, भेलकावून टाकत, त्याचा चेहरा चाटत आणि त्याचा हात जबड्यामध्ये घट्ट दाबत, बकनं त्याच्या प्रेमाला धसमुसळून वाट करून दिली. त्या वेळी नाही नाही त्या शिव्या घालत, त्याच्याशी हिसकाहिसकी करत थॉरटननंही त्याला प्रत्युत्तर दिलं.

पुढचे दोन दिवस आणि पुढच्या दोन रात्री बक तळावरून हाललाच नाही आणि त्यानं थॉरटनलाही स्वतःच्या नजरेच्या आड होऊ दिलं नाही. त्याच्याबरोबरच तो त्यांच्या कामावरही गेला. थॉरटन खात असताना, ब्लँकेट पांघरून झोपत

असताना किंवा उठल्यावर ब्लँकेटबाहेर येत असताना त्याला बक सदैव डोळ्यांत साठवत राहिला.

पण दोन दिवस गेले आणि जंगलातून परत एकदा त्या हाका बकला साद घालायला लागल्या. त्या हाकांमधली आत्ताची निकड कधी नव्हे एवढी तीव्र होती. बकच्या मनात पुन्हा एकदा काहूर माजलं. त्याच्या जंगली भावाच्या आणि त्या भावाबरोबर केलेल्या रानामधल्या सफरीच्या आठवणींनी त्याला पुन्हा झपाटून टाकलं. त्या रानामध्ये परत जावंसं त्याच्या मनानं घेतलं. पण त्याचा तो जंगली भाऊ परत काही आला नाही. काकुळतीनं त्यानं मारलेल्या हाका ऐकायचा बकनं आटोकाट प्रयत्न केला, पण त्या हाका फिरून काही त्याच्या कानांवर पडल्या नाहीत.

रात्री आता तो उघड्यावरच झोपायला लागला. दिवसदिवस तळापासून दूरदूर राहायला लागला. एकदा तर त्यानं तो ओढा आणि ती टेकडी ओलांडून पलीकडच्या झाडाओहळांनी समृद्ध असणाऱ्या सपाटीपर्यंत मजलही मारली. तिथे आठवडाभर त्याच्या जंगली भावाचा माग काढत तो निष्फळपणानं भटकला. त्या वेळी कधी शिकार करत, तर कधी ओढ्यामध्ये साल्मन पकडत त्यानं स्वतःची गुजराण केली. त्या ओढ्याजवळ त्यानं एका दांडग्या अस्वलालाही खलास केलं. बहुतेक तेही त्याच्यासारखंच मासेमारीसाठी ओढ्यात उतरलं असावं. तिथल्या डासांच्या चाव्यांनी अंधत्व येऊन, चिडचिडं होऊन ते अस्वल असहायपणानं भरकटत होतं. तसं असलं तरी त्या अस्वलाबरोबरची झुंज फार कडवी ठरली होती. त्याच्यावर मात करण्यासाठी बकला त्याच्यातला होता नव्हता तेवढा सगळा रानटीपणा एकवटावा लागला होता. दोन दिवसांनी फिरून पुन्हा एकदा जेव्हा त्याच्या शिकारीपाशी तो आला, तेव्हा त्या कलेवराशी डझनभर घाण्या अस्वलांची झोंबी चालल्याचं त्याला आढळलं. बकनं त्यांना एका झटक्यात फोलपटासारखं उधळून लावलं, ताबडतोब सगळे पसार झाले. जे दोघं तिथे उरले, ते तर कधीच झोंबाझोंबीच्या पलीकडे जाऊन पोहोचले होते.

बकमधली रक्ताची तहान कधी नव्हती एवढी तीव्र होऊन गेली. पुरा हिंस्र बनून गेला तो. फक्त सामर्थ्यवानाचाच टिकाव लागू शकणाऱ्या इथल्या प्रतिकूल वातावरणामध्ये केवळ स्वतःच्याच बळावर आणि कौशल्यावर जिवंत सावजाची एकट्यानंच शिकार करून निर्वाह करणारा अट्टल शिकारी तो बनला. त्याच्या खऱ्या स्वरूपाशी नातं सांगणाऱ्या रास्त अभिमानानं तो जणू झपाटून गेला.

त्याच्या ऐटबाज केसाळ कातड्याला अधिक वैभवशाली बनवणाऱ्या याच अभिमानाचा आविष्कार त्याच्या प्रत्येक हालचालीतून होत होता. देहात उसळणाऱ्या प्रत्येक स्नायूमधून तोच रगेलपणा उघडउघड दिसत होता. ज्या रुबाबानं तो स्वतःला पेलत होता, त्यातून त्याचा हाच ताठा व्यक्त होत होता. डोळ्यांच्या वरच्या आणि मानेवरच्या केसांमधल्या मध्येच उमटणाऱ्या करड्या छटेमुळे आणि छातीच्या मध्याच्याही खाली पोहोचलेल्या शुभ्र केसांच्या पट्ट्यामुळे तो लांडग्याच्या जातीतल्या मोठ्यात मोठ्या लांडग्यापेक्षाही अधिक मोठा लांडगाच वाटायचा. त्याचं प्रचंड शरीर आणि वजन त्याला त्याच्या सेन्ट बर्नार्ड बापाकडून मिळालं होतं, आणि त्या प्रचंड शरीरातली प्रमाणबद्धता शेफर्ड जातीच्या त्याच्या आईकडून त्याला लाभली होती. त्याचं नाकाड एखाद्या लांडग्यासारखंच, पण जरा अधिक लांब होतं आणि त्याचं दांडगं मस्तकही लांडग्याच्या मस्तकापेक्षा अंमळ जास्तच दांडगं होतं. अंगी बाणलेल्या रानटी कसबानं आणि लांडगी काव्यानं, त्याच्या आईबापाकडून मिळालेल्या बुद्धिमत्तेच्या देणगीनं आणि अत्यंत क्रूर विद्यालयातून प्राप्त झालेल्या ज्ञानानं त्याला रानावनातून स्वच्छंदपणानं विहरणारा आणि फक्त जिवंत मांसावर गुजराण करणारा एक हिंस्र पशू बनवून टाकलं होतं.

पौरुषत्व आणि जोम यांना आलेल्या उधाणानं बक आता पूर्ण भरामध्ये आलेला होता. जेव्हा थॉरटन त्याच्या पाठीवरून प्रेमानं हात फिरवायचा, तेव्हा बकचा केसन्‌केस अगदी चुंबकत्वानं भारित झाल्यासारखा तडतडायचा. त्याच्या अंगातला कणन्‌कण, प्रत्येक मज्जातंतू आणि मज्जापेशी या सर्व गोष्टी त्याच्या मेंदूशी सुबकपणानं एका लयीमध्ये गुंफल्या गेल्या होत्या. या सर्व अवयवांच्या गुंफणीमध्ये पराकोटीची सुसूत्रता होती. त्यामुळे दृश्यं, आवाज व घटना या संबंधातल्या त्याच्या प्रतिक्रिया अक्षरशः विद्युतवेगानं व्हायच्या. आक्रमणासाठी किंवा बचावासाठी एखाद्या हस्की कुत्र्यानं घेतलेल्या झेपेच्या वेगाच्या दुप्पट वेगानं त्याची झेप पडायची. काहीही हालचाल बघितल्यावर किंवा कोणताही आवाज ऐकल्यावर हस्की कुत्र्यांना ती वस्तू स्वतःच्या कह्यात घ्यायला जेवढा वेळ लागायचा, त्याच्या कितीतरी कमी वेळात बकची हालचाल झालेलीही असायची. आकलन, निश्चय आणि प्रतिसाद या तिन्ही कृती त्याच्याकडून एकाच क्षणामध्ये व्हायच्या. तसं पाहिलं; तर आकलन होणं, निश्चित करणं आणि प्रतिसाद देणं या गोष्टी एकामागोमाग एक अशा साखळीनं होतात. पण बकसाठी या कृतींदरम्यानचा काळ इतका कमी असायचा की, जणू या तिन्ही

गोष्टी एकाच वेळी घडून आल्यात असं होऊन जायचं. त्याच्या देहामधला पोलादी स्प्रिंगसारखा उसळणारा स्नायूनूस्नायू सामर्थ्यानं भारलेला होता. चैतन्याच्या ओघानं जणू काही इतर जगाला उपलब्ध होण्याआधी बकला प्राथमिकता देऊन त्याला ओतप्रोत भरून टाकलं होतं.

''असला कुत्रा कधी झाला नसेल!'' तळाबाहेर निघालेल्या बकला न्याहाळत असताना थॉरटन त्याच्या जोडीदारांना म्हणाला.

''मला तर वाटतंय, देवानं त्याला घडवलं आणि त्याचा साचाच मोडून टाकला!'' पीट म्हणाला.

''खरंय दोस्तांनो, तुम्ही म्हणताय ते.'' हान्सनंही त्यांना दुजोरा दिला. त्यांनी तळाबाहेर जाणाऱ्या बकच्या पावलांमधली शिस्तच पाहिली होती. पण जंगलाच्या अंतर्भागात पोहोचताच त्याच्यात होणारा कायापालट त्यांना माहितीच नव्हता. त्याचं ते तसलं रुबाबदार चालणं कधीच मागे पडलं होतं. आता तो जंगलातला, चोरट्या मांजरपावलांनी चालणारा आणि निःशब्द हालचाली करत सावल्यांमध्ये विरून जाणारा हिंस्र पशू होऊन बसला होता. प्रत्येक आडोशाचा फायदा कसा घ्यायचा, सापासारखं पोटावर सरपटत कसं जायचं आणि वेळ आली की त्याच सापासारखी झडप कशी मारायची हे त्याला ठाऊक झालं होतं. एखाद्या टार्मिगनला त्याच्या घरट्यातून तो अल्लाद उचलू शकायचा. उडी मारायला सेकंदभराचा उशीर झालेल्या खारीला तो वरच्यावर हवेतच झेलायचा. इतकंच काय होतं, तर जलाशयातल्या माशांच्या हालचालीसुद्धा त्याच्यापेक्षा अंमळ सावकाशच व्हायच्या. बांधावरल्या बीवरांची सावधानता बकच्या तुलनेत पुरेशी जलद नसायची. शिकार करणं हा काही त्याच्यासाठी खेळ नव्हता, तर ती त्याच्या भुकेची गरज होती. मुर्दाड मांसापेक्षा स्वतः शिकार करून खाणं त्याला जास्त प्रिय होतं. क्वचित केवळ मजा म्हणून तो काही गमतीही करायचा. उदाहरणार्थ, खारींच्या नकळत झडप मारून त्यांना पकडायचं आणि नंतर त्यांना सोडून दिलं की झाडाच्या शेंड्याकडे मृत्यूच्या भयानं त्या कशा सुसाट सरसरत जातात ते बघायला त्याला भारी आवडायचं.

पानझडीचा ऋतू आला. हिवाळा कमी कष्टाचा जावा, म्हणून तळखोऱ्यात मुक्कामाला येणाऱ्या हरणांची संख्या आता वाढायला लागली होती. त्यातल्याच एका चुकार पाडसाचा बकनं मागेच फडशा पाडला होता. आता मात्र एखादी तगडी शिकार करायचा त्याचा मानस होता. आणि एका दिवशी ओढ्याच्या

तोंडाला असलेल्या टेकडीपाशी त्याला हवी ती संधी नेमकी चालून आली. वीसेक हरणांचा कळप झाडाओहळांच्या पठारावरून स्थलांतर करत खाली येऊन दाखल झाला होता. त्यांचा पुढारी असलेला तगडा नर भलताच तामसी दिसत होता. उंचीला जवळपास सहा फूट असलेला हा तगडा प्रतिस्पर्धी बकला जसा हवा तसाच होता. बकवर नजर पडताच त्या नराचे डोळे त्वेषानं धगधगायला लागले. या टोकापासून त्या टोकापर्यंत सात फूट लांबीच्या जवळजवळ चौदा शाखा फुटलेल्या शिंगांचा पसारा पुढेमागे हालवत आणि मोठ्यानं डुरकत त्यानं बकला इशारा दिला.

त्या नराच्या बगलेच्या जरा पुढे रुतलेल्या एका बाणाचं पिसं लावलेलं टोक दिसत होतं आणि त्यावरूनच त्या नराचं तामसीपण स्पष्ट होत होतं. वारशानं त्याच्यात वास करणाऱ्या आणि त्याच्यातल्या श्वापदानं भूतकाळापासून केलेल्या शिकारींच्या अनुभवांचं मार्गदर्शन घेत बक त्या नराला त्याच्या कळपापासून तोडायच्या खटपटीला लागला. ही कामगिरी तर अजिबात सोपी नव्हती. त्या नराच्या खुरांचा एकच तडाखा जीव गमावण्यासाठी पुरेसा होता. त्यामुळे त्या नराच्या खुरांच्या आणि शिंगांच्या पल्ल्यापलीकडे राहत, मोठमोठ्यानं भुंकत बकनं पावलं टाकायला सुरुवात केली. या मोठ्या सुळ्यांच्या धोक्याला पाठ दाखवणं अशक्य होऊन गेल्यानं तो नरही बिथरला होता, रागाला आला होता. संतापाची तिडीक असह्य झाली की तो बकवर चालून यायचा आणि त्याला सहज झुकांडी देत बक दूर व्हायचा. पण तो दूर व्हायचा आणि लागलीच त्या नराची कोंडी करून त्याचं लक्ष स्वतःकडे परत खेचून घ्यायचा. पण त्या नराची आणि कळपाची ताटातूट होतेय, असं दिसून आलं की कळपातले दोनतीन तरणेताठे नर बकवर चालून जायचे आणि त्या नराला परत कळपामध्ये घेऊन जायचे.

वन्यपशूंमधली चिकाटी ही तिथल्या आयुष्यासारखीच आग्रही, चिवट आणि न थकणारी असते. त्यामुळेच एखादा कोळी तासन्तास हालचाल न करता त्याच्या जाळ्यामध्ये नुसता स्तब्ध बसून असतो. अंगाला वळसे घातलेल्या सापामध्ये आणि दबा धरलेल्या चित्त्यामध्ये दिसणारी ही चिकाटी शिकार करून जगणाऱ्या प्रत्येक प्राण्यातच वास करते. त्या कळपाची पाठ धरलेल्या बकमध्ये हीच चिकाटी होती. कळपाची वाटचाल रोखत, नरांना रागाला आणत, लेकुरवाळ्या माद्यांना घाबरवून टाकत तो त्याच्या सावजाला, त्या जखमी नराला असह्य

संतापानं वेडापिसा करून टाकत होता. जवळपास अर्धा दिवस हाच प्रकार चालला. मग मात्र बकनं प्रयत्न वाढवले. कळपावर चौफेर हल्ल्यांचं वादळ उडवत, वारंवार त्या नराला कळपापासून तोडत, त्याच्या सावजाला तो उतावीळ करून टाकायला लागला. त्याचा धीर संपवण्याचा प्रयत्न करायला लागला. आणि शिकाऱ्यापेक्षा सावजाचा धीर नेहमीच लवकर संपतो.

दिवस आता मावळतीला आला. सूर्य ईशान्य क्षितिजाखाली जात होता आणि सहा तासांची रात्र लवकरच पडणार होती. नेत्याला वाचवण्यासाठी धावून जाणाऱ्या, कळपातल्या तरुण नरांच्या पावलांमधली लगबग कमीकमी होत चालली. थकण्याचं नाव न घेणाऱ्या या श्वापदाचा कधी एकदा पिच्छा सुटतो आणि गारठा वाढण्याआधी कधी एकदा खाली जाऊन पोहोचतो असं त्यांना झालं. तसं पाहिलं, तर त्यांच्या अख्ख्या कळपाला किंवा त्या तरुण नराच्या जिवाला तसा धोका नव्हताच. त्यांच्यातल्या एकाच्याच जिवाचा काय तो प्रश्न होता आणि त्यांच्या जिवापेक्षा ते त्यांना नक्कीच परवडणार होतं. म्हणून त्यांच्या वाटचालीमधली ही 'जकात' भरायला सरतेशेवटी ते आनंदानं तयार झाले.

संधिप्रकाशात त्याला एकट्याला टाकून झपाट्यानं पुढे निघून जाणाऱ्या त्याच्या ओळखीच्या माद्यांकडे, तो ज्यांचा बाप आहे त्या पाडसांकडे आणि इतके दिवस त्याच्या हुकमतीखाली वावरणाऱ्या कळपातल्या नरांकडे तो जखमी नर खालच्या मानेनं पाहत राहिला. त्याला त्यांच्याबरोबर जाता येणार नव्हतं हे स्पष्ट होतं. कारण थेट त्याच्या नाकासमोरचं, कसलीही दयामाया नसलेलं हे सुळेधारी अरिष्ट त्याला पुढे जाऊच देत नव्हतं. अर्ध्या टनाहूनही जास्त वजनाच्या या नरानं आजपावेतो खूप मोठ्या ताकदीचं आणि संघर्षाचं जीवन जगलं होतं. आता मात्र त्या आयुष्याचा शेवट जवळ येऊन ठेपला होता. आणि हा शेवट उंचीला त्याच्या गुडघ्यांइतक्याही नसलेल्या एका श्वापदाच्या सुळ्यांनी होणार होता.

इथून पुढे बकनं त्याच्या सावजाला क्षणाचीही उसंत मिळू दिली नाही. त्याला झाडाच्या एका पानालाही स्पर्श करू दिला नाही, आणि विलोच्या आणि बर्चच्या कोवळ्या पालवीला तोंडही लावू दिलं नाही. इतकंच काय, त्या नराला वाटेतला ओघळ पार करताना कोरडा पडलेला घसा ओला करण्याची संधीही बकनं दिली नाही. अनेक वेळा त्या नरानं जिवावर उदार होऊन पळण्याचा

प्रयत्नही करून पाहिला. त्या वेळी त्याला कोणत्याही प्रकारे न अडवता, बक फक्त त्याच्या पाठीमागून सहज वाटावं अशा थाटात दौडत राहिला. सगळं काही त्याच्या अपेक्षेनुसार होत होतं. तो नर जेव्हा स्तब्ध उभा राहायचा, तेव्हा बक खाली पडून आराम करायचा; पण त्या नरानं काही खाण्याचा किंवा पिण्याचा निवांत प्रयत्न केला की तो तातडीनं त्याच्यावर धावून जायचा.

हळूहळू तालेवार शिंगांच्या मोठ्या पसाऱ्याखालचं त्या नराचं विशाल मस्तक खाली झुकत चाललं आणि रडतखडत पडणाऱ्या त्याच्या पावलांमध्ये अधिकाधिक मंदपणा येत गेला. जमिनीला नाक लावत आणि उदासपणानं त्याचे कान पाडत तो आता नुसता उभा राहायला लागला आणि बकनंही त्या वेळी पाणी प्यायला किंवा थोडी विश्रांती घ्यायला अवसर घेतला. आपली लवलवती लांब जीभ काढून तो त्या नराकडे एकटक बघत होता. त्या वेळी वातावरणामध्ये काही बदल घडून येतोय, भूमीतून एक अनोखी थरथर उमटतेय, ही जाणीव बकला उत्कटपणानं होत राहिली. जेव्हा ती हरणं इथल्या भूमीवर प्रवेश करत होती, तेव्हा अशीच थरथर त्याला जाणवली होती. कोणतं तरी अज्ञात अस्तित्व या भूमीवर संचारू पाहत होतं. साऱ्या रानामधून, वाऱ्यामधून आणि ओहळांमधून त्याचीच स्पंदनं उमटत होती. त्या आगमनाची खबर बकलाही पोहोचली होती. मात्र ध्वनी, दृष्टी किंवा गंध या माध्यमांहून वेगळ्याच आणि तरल अशा माध्यमाद्वारे या वार्तेचं वहन झालं होतं. आसमंत बदलला आहे आणि या भूमीवर कुण्या अज्ञात आणि अनोख्या अस्तित्वानं पावलं रोवली आहेत, हे त्याच्या डोळ्यांचा वा कानांचा वापर न करताही त्याला उमजून आलं होतं. तेव्हा सध्याचं काम हातावेगळं करून, नेमकं काय घडलं आहे याचा शोध घेण्याचा विचार त्यानं केला.

सरतेशेवटी चौथ्या दिवशी त्या नराला बकनं खाली खेचलं. मग पुढचा अख्खा दिवस आणि अख्खी रात्र त्यानं त्याच्या शिकारीपाशीच काढली. खायचं आणि झोपायचं एवढंच तो आळीपाळीनं करत राहिला. पोटभर खाऊन आणि आराम करून चांगला ताजातवाना झाल्यावर त्यानं त्याचा मोहरा जॉन थॉरटनकडे आणि त्याच्या तळाकडे वळवला. त्या गुंतागुंतीच्या वाटेवरून माणसाला आणि त्याच्या होकायंत्राला लाज वाटावी, अशा अचूकतेनं सहज आणि लांबलांब झेपा घेत, त्याच्या तळाकडे तो तासांमागून तास धावत निघाला.

जसाजसा तो तळाकडे जात होता, तसतशी त्याला त्या भूमीवरच्या

अनोख्या हालचालींची जाणीव अधिकाधिक ठाशीवपणानं होत होती. गेला उन्हाळाभर नांदणाऱ्या इथल्या जीवनापेक्षा काही वेगळंच आणि परकं जीवन इथे येऊन दाखल झालं होतं. हे वर्तमान त्याच्यापर्यंत पोहोचण्यासाठी कोणत्याही तरल माध्यमाची आता त्याला काही गरज पडत नव्हती. सगळे पक्षी त्याला हीच बातमी देत होते, खारींचा याच कारणानं चिरचिराट चालला होता आणि वाऱ्याच्या झुळकींमधूनही हीच कुजबुज त्याला ऐकायला मिळत होती. अनेकदा ठिकठिकाणी थांबत, सकाळच्या शुद्ध हवेचे मोठेमोठे श्वास घेत त्यानं त्या अनोख्या अस्तित्वाचा सुगावा घेतला आणि उलगडणाऱ्या संदेशानं बेचैन होऊन त्याच्या पावलांना गती आली. काहीतरी अभद्र घडून गेलंय किंवा काहीतरी अरिष्ट कोसळू पाहतंय या जाणिवेनं त्याला चांगलंच दडपण आलं होतं. त्या दडपणातच त्यानं शेवटचा ओढा ओलांडला आणि तळानजीकची दरी उतरून तो तळाकडे निघाला. आता मात्र त्याची पावलं खूप सावधानतेनं पडत होती.

तळ तीन मैल दूर असतानाच जो ताजा माग त्याला मिळाला होता, त्या वासानं त्याच्या मानेवरचा केसन्‌केस फुलून उठला. मागाची दिशा थेट त्याच्या धन्याच्या, जॉन थॉरटनच्या तळाकडचीच होती. कमालीच्या ताणाखाली चोरट्या, पण चपळ पावलांनी चालत आणि भोवतीच्या खुणांमधून उलगडत चाललेल्या कथासूत्राच्या तपशिलानं जास्त सावध होत, तो वेगानं तळाकडे जायला लागला. तो चालला होता त्याच वाटेवरून त्याच्या आधी चालत गेलेल्या परक्या पावलांच्या वासावरून त्याचं नाक त्याला परिस्थितीमध्ये झालेल्या बदलाची माहिती देत होतंच. जंगलात दाटलेल्या आतुर शांततेचाही त्यानं वेध घेतला. पक्षी अस्वस्थपणानं घिरट्या घालत होते आणि खारी दडल्या होत्या. एकच भुरी खार काय ती झाडाच्या वठलेल्या फांदीवर त्या झाडालाच लाकडी आवाळू झाल्यासारखी स्तब्ध पडली होती.

अंधारातल्या सावलीप्रमाणे तरलपणानं तो पुढे चालला होता आणि तेवढ्यात कुणी गच्च चिमटीत पकडून वळवावं अशा झटक्यानं जणू त्याचं नाक बाजूला वळलं. झुडपामधून येणाऱ्या या नव्या वासाचा शोध त्यानं घेतला आणि तिथे त्याला निग सापडला. स्वतःला तिथवर ओढून आणत कुशीवर पडून त्यानं जीव सोडला होता. त्याच्या शरीरातून आरपार गेलेल्या बाणाचं अग्र आणि विरुद्ध टोकाची पिसं, दोन्हीही गोष्टी त्याला एकाच वेळी दिसत होत्या.

त्याच्याच पुढे शंभर यार्डांवर पडलेला घसरगाडीचा आणखी एक कुत्रा

त्याला दिसला. डॉसनमध्ये जॉन थॉरटननं त्याला विकत घेतलं होतं. त्या कुत्र्याची शेवटची तडफड चालली होती. तिथे न थांबता त्या कुत्र्याला वळसा घालून बक पुढे निघाला. उंच पट्टीत चाललेल्या गाण्याचे आवाज तळावरून ऐकायला येत होते. त्या झाडीमधून पोटावर सरपटत बक उघड्यावर आला, तर तिथे हान्स तोंडावर पडलेला होता. त्याच्या शरीरात रुतलेल्या असंख्य बाणांनी त्याला जणू काटेरी साळिंदराची कळा आली होती आणि त्याच वेळी बकची नजर त्यांच्या झोपडीवजा निवासस्थानाकडे गेली. तिथे जे दिसलं, त्यानं त्याच्या खांद्यांवरचा आणि मानेवरचा केसन्‌केस ताठ झाला. संतापाच्या वादळानं त्याचा ताबा घेतला आणि त्याच्याही नकळत त्याच्या घशातून भीषण गर्जना उमटली.

भावनांच्या उद्रेकाचा तर्कशक्तीवर जय होण्याची त्याच्या आयुष्यातली ती अखेरची वेळ होती. संतापानं त्याचा सारासार विवेक निघून गेला होता आणि त्याचं एकमेव कारण म्हणजे जॉन थॉरटनवर असणारं त्याचं जिवापाड प्रेम.

उद्‌ध्वस्त करून टाकलेल्या त्यांच्या झोपडीवजा निवासस्थानासमोर रानटी यिहाती लोकांचा दंगा चालला होता. त्यांचा थरकाप उडवणारी गर्जना अचानक त्यांच्या कानांवर पडली आणि त्यांनी पूर्वी कधीही पाहिलं नव्हतं असं एक भयानक जनावर त्यांच्यावर चाल करून आलं. तो बक होता. विनाशक उद्रेकाचं थैमान घालणाऱ्या भिरभिरणाऱ्या संतापी वादळासारख्या बकनं त्यांच्यातल्या सर्वांत पुढे असणाऱ्या इसमाच्या अंगावर झेप घेतली. तोच त्या यिहातींचा प्रमुख होता. बकच्या सुळ्यांनी त्याच्या नरड्याच्या तत्काळ चिंधड्या उडाल्या आणि रक्ताच्या कारंज्याचा एकच फवारा उसळला. लागलीच त्याला सोडून बकनं दुसऱ्या एकावर झेप घेतली आणि त्याचंही नरडं फोडलं. त्याचा प्रतिकार करणं कुणालाही शक्य होत नव्हतं. त्या रानटी यिहाती लोकांमधून वेगानं उसळत, त्यांना अक्षरशः चिरत, फाडत बकनं एकच थैमान घातलं. त्याच्या हालचाली इतक्या वेगानं होत होत्या की, त्याच्यावर नेम धरून सोडलेले बाणही हुकत होते. बकच्या वेगवान हल्ल्याच्या तांडवामुळे त्या यिहातींमध्ये बेसुमार गोंधळ माजला. त्यांनी सोडलेले बाण बकला न लागता त्यांच्यातल्याच कुणालातरी लागत होते. बकची झेप हवेत असताना एकानं दात खाऊन त्याच्या रोखानं भाला फेकला. तो भाला त्यांच्यातल्याच एकाच्या छातीतून आरपार गेला. आता मात्र सगळ्याच यिहातींमध्ये घबराट पसरली आणि एखादं पिशाच पाहिल्यासारखे ते सगळे जंगलामध्ये सैरावैरा

धावत सुटले.

बक आता खरोखर एखाद्या सैतानाचाच अवतार झाला होता. जंगलात पळणाऱ्यांचा पाठलाग करून एखाद्या हरणाला ओढल्यासारखा तो एकेकाला ओढून काढत होता. हा दिवस त्या यिहातींच्या नक्कीच लक्षात राहावा असा ठरला. जंगलामध्ये सैरावैरा पांगलेले सगळे जण एका आठवड्यानं तळखोऱ्यात एकत्र झाले. आणि या संघर्षात किती लोक कामी आलेत हे उरलेल्यांना तेव्हाच कळलं.

दमलाभागला बक मात्र तळावर परत आला. आता त्याला पीटही सापडला. जागं व्हायची संधीही न मिळता पीटला त्याच्या अंथरुणातच ठार केलं गेलं होतं. मात्र थॉरटननं केलेल्या प्रतिकाराच्या खुणा तळावर ठायीठायी उमटल्या होत्या. त्या खुणा थेंबाथेंबानं वाचत बक तळाजवळच्या खोल तळ्यापाशी आला. मस्तक आणि पुढचे पाय पाण्यामध्ये बुडालेली स्किट तळ्याच्या काठाशीच दिसली. आपल्या धन्याशी ती शेवटच्या क्षणापर्यंत एकनिष्ठ राहिली होती. अनेक मोठमोठाल्या खड्ड्यांनी व्यापलेल्या त्या तळ्यामधलं ते गूढ पाणी जणू गिळंकृत केलेली प्रत्येक गोष्ट स्वतःपाशीच दडवून ठेवत होतं. बकला तिथपर्यंतच जॉन थॉरटनचा माग मिळत होता. त्याच ठिकाणी त्याचा मित्र आता कायमचा विसावल्याचं बकला कळून चुकलं.

पुढचा अख्खा दिवस त्यानं त्या तळ्यापाशी शोकमग्न बसून, तर कधी तळावर अस्वस्थपणानं भटकून काढला. मृत्यू म्हणजे सगळी हालचाल संपून जाणं, जगण्यामधून आणि सगळ्या जगणाऱ्यांमधून दूर निघून जाणं याची जाण त्याला होतीच. जॉन थॉरटनही असाच दूर निघून गेला आहे हेही त्याला कळलं होतं. त्याच्या त्या जाण्यानं बकला स्वतःमध्ये भुकेच्या पोकळीसारखीच, पण प्रत्यक्षात फार फार दुखावणारी पोकळी पडल्याचं जाणवत होतं; आणि ही पोकळी कशानंही भरून निघण्याजोगी नव्हती याचीही त्याला पुरती जाणीव होती. याच गहन विचारांमध्ये भटकत असताना तळावर त्या यिहातींची प्रेतं पडली होती, तिथे येऊन तो थबकला आणि क्षणभर त्या पोकळीचंही त्याला विस्मरण झालं. यापूर्वी कधीही न अनुभवलेला एक विलक्षण अभिमान त्याच्या आत जागा होत चालल्याचं त्याला जाणवलं. आज त्यानं चक्क माणसाला ठार केलं होतं. सुळ्यादंडुक्याच्या आदिम कायद्याच्या नाकावर टिच्चून त्यानं आज सगळ्यांत तगडी शिकार केली होती. त्यानं त्या शवांना कुतूहलानं हुंगलं. किती

सहज मरून पडले होते ते! एखाद्या हस्की कुत्र्याला ठार करायलाही त्याला जास्त त्रास पडला असता. त्यांच्या हातात जर त्यांचे ते दंडुके, बाण आणि भाले नसते; तर एकजात सगळेच्या सगळे अगदी क्षुद्र होते त्याच्या पुढे! आता यापुढे जर त्यांच्या हातांमध्ये त्यांची ती दंडुकी आणि त्यांचे भाले नसतील, तर त्यांना तो बिलकूल भीक घालणार नव्हता, हे निश्चित!

रात्र झाली. झाडांच्या शेंड्यांपर्यंत वर सरकत थेट माथ्यावर येऊन पूर्ण चंद्र चमकायला लागला. त्याच्या प्रकाशानं अख्खा तळ न्हाऊन निघाला. तळ्याकाठी शोकाकुल अवस्थेत बसून राहिलेल्या बकला त्या यिहातींनी त्याच्या आयुष्यात घडवून आणलेल्या बदलाची प्रखर जाणीव झाली. त्याचबरोबर त्याच्या सभोवतीही काही बदलत चाललंय याचीही अनुभूती त्याला जाणवायला लागली. कान देऊन ऐकत आणि हवा हुंगत तो उभा झाला. दूरातून एक अस्पष्ट आणि उंच आरोळी उमटत होती. त्या आरोळीपाठोपाठच तसल्या अनेक आरोळ्यांचा एकच घोष झाला. क्षणाक्षणाला त्या आरोळ्या जवळ जवळ येत मोठ्या होऊ लागल्या. त्याच्या आठवणींच्या दुसऱ्या जगात याच तर आरोळ्या तो नेहमी ऐकत आला होता. पावलं टाकत तळाच्या मधोमध येऊन तो उभा झाला आणि जिवाचे कान करून ऐकायला लागला. अनेक स्वरांनी बनलेली हीच ती हाक होती. हीच त्याला कायम भुरळ घालून रानात खेचून न्यायची. त्या हाकेला साद द्यायला कधी नव्हे इतक्या तीव्रतेनं आता तो आतुर झाला होता. त्याला परत बोलवायला आता तर जॉन थॉरटनही उरला नव्हता. माणूस आणि माणुसकी यांच्याशी असलेला बकचा शेवटचा बंध आता तुटून गेला होता.

त्या रानटी यिहातींसारखाच शिकार करून जगणाऱ्या लांडग्यांचा एक कळप दूर ओढ्यापलीकडच्या त्या रानाओहळांनी समृद्ध असलेल्या पठारावरून हरणांचा माग काढत, बकच्या टापूमध्ये घुसखोरी करून दाखल झाला होता. चंद्रप्रकाशानं उजळलेल्या तळाच्या मोकळ्या जागेत पुराच्या पाण्याच्या चकाकत्या लोंढ्यासारखे ते घुसले. तिथे मधोमध पुतळ्यासारखा स्तब्ध उभा राहिलेला बक त्यांचीच वाट बघत होता. ठामपणानं उभ्या राहिलेल्या त्याच्या भव्य आकृतीचा धाक वाटून सगळे जागेवरच थांबले. एक क्षण असाच गेला आणि कळपातला सर्वांत धीट लांडगा बकवर धावून गेला. बकनं विद्युतगतीनं हाणलेल्या पंज्याच्या फटक्यानं त्या लांडग्याची मान मोडली आणि तो वेदनेनं गडाबडा लोळायला लागला. बक मात्र पूर्वीसारखाच ठामपणानं उभा होता. आता एकामागोमाग एक

असे तीन जण त्याच्यावर चालून आले, आणि जसे आले तसेच फाटलेल्या खांद्यांनरड्यांनी माघारी फिरले.

बकवर एकजुटीनं तुटून पडण्यासाठी त्या कळपाला एवढं पुरेसं होतं. सावजाला खाली पाडण्यास उतावीळ झालेले सगळेच लांडगे एकमेकांना रेटत, एकच गर्दी करत बकवर धावून गेले. अंगातली तडफ आणि चपळता आता बाकी बकच्या उपयोगी पडली. पाठीमागच्या दोन्ही पायांवर शरीर पेलत, आपल्या ताकदवान सुळ्यांनी आणि पंज्यांनी एकेकाला फाडत तोही त्यांच्यावर तुटून पडला. एकाच वेळी सगळीकडे उसळून तो धावून जात होता. दोन्ही बाजूंना वेगवानपणानं वळून घाव घालत, आपली चढाई तो अभेद्य ठेवत होता. मात्र पाठीमागून कोणताही हल्ला व्हायला नको या हेतूनं झटक्यात माघार घेऊन, वेगानं पळत तळाच्या पलीकडल्या ओढ्याच्या पात्रात त्यानं उडी घेतली आणि झपाट्यानं पलीकडच्या काठावरचा रेतीचा उंचवटा गाठला. खरं तर खाणकामासाठी उभारलेली ती अरुंद तटभिंत होती. त्या भिंतीवर चढून काटकोनात वळत तो त्या भिंतीच्या टोकाशी आला. आता त्याच्या तिन्ही बाजूंनी त्याला पाण्याचं संरक्षण होतं आणि हल्लेखोरांना हल्ला करण्यास आता फक्त त्याच्यासमोरूनच यावं लागणार होतं.

अर्धा तास बक समर्थपणानं लढला, त्यांच्या बेताचा धुव्वा उडवत त्यानं त्या सगळ्यांना सपशेल माघार घ्यायला लावली. सगळ्यांच्याच जिभा आता बाहेर आल्या होत्या आणि त्यांचे शुभ्र सुळे चंद्रप्रकाशात क्रूरपणानं चमकत होते. आता काही जण पडून, तर काही जण उभ्यानं मान ताठ करून आणि कान टवकारून त्याच्याचकडे पाहत राहिले, तर काही जण जिभेनं पाणी लपकायला लागले. त्याच वेळी त्यांच्यामधून एक भुऱ्या रंगाचा सडसडीत लांडगा सावध पावलं टाकत मित्रत्वानं पुढे झाला. बकनं त्याला तत्काळ ओळखलं. ज्याच्याबरोबर त्यानं अख्खा दिवस आणि अख्खी रात्र काढली होती, हा तोच त्याचा जंगली भाऊ होता. त्या लांडग्याच्या घशातून विव्हळ आवाज उमटत होते. बकनंही त्या आवाजाला तसाच प्रतिसाद दिला आणि दोघांची नाकं भिडली.

लढाईच्या अनेक खुणा अंगावर मिरवणारा एक म्हातारा लांडगा आता पुढे झाला. त्यासरशी बकच्या ताणलेल्या ओठांमधून अस्पष्टशी गुरगुर उमटली, पण त्या लांडग्याशीही त्यानं नाकमिळवणी केली. तो म्हातारा लांडगा आता खाली बसला आणि नाक चंद्राकडे रोखत त्यानं एक उंच हेल काढला.

बाकीच्यांनीही खाली बसत त्या हेलाला साथ दिली आणि आता मात्र ती साद बकला अतिशय स्पष्टपणानं ऐकायला आली. त्याच्या नकळत तो खाली बसला आणि त्यानंही त्या हाकेच्या हेलामध्ये त्याचा स्वर मिळवून दिला, आणि लागलीच उठून तो त्याची जागा सोडून पुढे आला. बाकीच्यांनी त्याच्याशी अर्धवट हिंस्रपणानं आणि अर्धवट मैत्रीनं नाक भिडवत त्याला त्यांच्यात घेतलं. आता कळपातले आघाडीचे लांडगे उभे राहिले आणि त्या हेलाचा घोष जागवत त्यांनी झाडीमध्ये धाव घेतली. त्यांच्या मागोमाग त्याच हेलाला आळवत बाकीचा कळप निघाला, ज्यात त्याच्या भावाच्या खांद्याला खांदा लावून बकदेखील सामील झाला.

बकची गोष्ट खरं तर इथे संपते ...!

आता त्या लांडग्यांच्या वाणात घडून येत असलेला बदल त्या रानटी यिहातींच्याही ध्यानात येत चाललाय. काही लांडग्यांच्या मस्तकावर आणि मानेवर अनोखी करडी छटा आढळून येते, तर काहींच्या छातीच्या पार खालपर्यंत पांढरा पट्टा उमटलेला दिसतो. सर्वांत लक्षणीय गोष्ट म्हणजे काही यिहाती त्या कळपाच्या आघाडीवर दौडणारा एक भयंकर कुत्रा बघितल्याचं सांगतात आणि त्या भयावह कुत्र्याची दहशत तर सगळ्यांनाच वाटते. यिहातींच्या तळावर हिवाळ्यात राजरोस धाडी मारणारा, त्यांच्या सापळ्यांवर डल्ला मारणारा, त्यांच्या कुत्र्यांना फाडणारा हा भुताळी कुत्रा त्यांच्यापेक्षा कितीतरी पटींनी लबाड आहे.

इतकंच नाही, तर शिकारीसाठी म्हणून गेलेले त्यांच्यातले बरेच जण वस्तीवर कधी परतलेच नाहीत. क्रूरपणानं नरडं फाडलेल्या त्यांच्या प्रेतांपाशी त्यांच्यातल्याच इतर शिकाऱ्यांना बर्फात उमटलेल्या एखाद्या लांडग्यापेक्षाही मोठ्या प्राण्याच्या पाऊलखुणा आढळून आल्या आहेत. पानझडीच्या ऋतूमध्ये, हरणांच्या मागावरले रानटी यिहाती एका विवक्षित दरीमध्ये कधीही पाऊल टाकत नाहीत. कारण तिथे म्हणे कुणा दुष्ट पिशाचाचं अस्तित्व आहे आणि शेकोटीशी बसून जेव्हा त्याच्याबद्दल गोष्टी सांगितल्या जातात, तेव्हा गोष्टी ऐकणाऱ्या यिहाती बाया कावऱ्याबावऱ्या होतात.

पण त्या यिहातींना हे अर्थातच ठाऊक नाही की, दर वसंतात त्या दरीमध्ये एक जण न चुकता भेट द्यायला येतो. एखाद्या प्रचंड लांडग्यासारखाच जणू भासणारा, पण लांडगा नसणारा असा कुणीतरी तो असतो. त्याला बघताच

ओळखीचं स्मित करणाऱ्या झाडाझुडपांमधून एकटाच पावलं टाकत त्या झाडीतल्या मोकळ्या जागेवर येतो. जिथे कुजून गेलेल्या हरीणकातड्याच्या थैल्यांमधल्या धुळीनं पिवळा झालेला पाण्याचा ओघळ जमिनीत झिरपत असतो. आता तिथे गवताचं गच्च रान माजलंय, आणि त्या गवतानं तो पिवळेपणा सूर्यप्रकाशापासून दडला आहे. तिथे बराच वेळ तो म्लानपणानं नुसता बसून राहतो, आणि नंतर एकदा करुण विव्हळ आरोळी देऊन निघून जातो.

पण नेहमी तो एकटाच असतो असं मात्र नाही. लांबलचक हिवाळी रात्रीमध्ये शिकार शोधणाऱ्या लांडग्यांचा कळप जेव्हा खालच्या खोऱ्यात उतरून येतो, तेव्हा चंद्राच्या चमकणाऱ्या प्रकाशात किंवा आकाशातल्या अरोराच्या रंगधुमाळीमध्ये त्या लांडग्यांच्या सर्वांत पुढून मोठमोठ्या झेपा घेत ऐटीनं पळणाऱ्या त्याला पाहता येतं आणि त्या वेळी कळपातल्या लांडग्यांबरोबरच त्याच्याही कंठातून, त्यांच्या कुळातल्या आदिम गाण्याचे स्वर उत्कटपणानं उमटत असतात.